I0420100

મારી વિદ્યાયાત્રાના પ્રેરણામૂર્તિઓ

:: Author ::

ડૉ. નરવણ બારૈયા

PUBLISHED BY

Chakravarti Siddharaj Jaysinh International
Publishing House
HQ. At & Po. Chaveli., Ta- Chansma,
Dist- Patan, North Gujarat, India, Asia.

Claims to copyright in published and unpublished books or manuscripts can be registered as literary works in the Copyright Office. Textual works with or without illustrations are eligible, as are other no dramatic literary works, including fiction, nonfiction, poetry, contributions to collective works, compilations, directories, catalos, dissertations, theses, reports, speeches, bound or loose-leaf volumes, pamphlets, brochures, and single pages containing text. This contain may be also help to web site and Wikipedia this contain at also available to books See sl-35, *Registering a Copyright with the U.S. Copyright Office*, for the methods available for copyright registration

First Publication: 21st September, 2015

Copyright: Author

(c) ડૉ. નરવણ બારૈયા

ISBN:- 978-1-51747-711-0

Price: Rs.800/- INDIA

$ 15 OUTSIDE INDIA

PUBLISHED BY

Chakravarti Siddharaj Jaysinh International Publishing House
HQ. At & Po. Chaveli., Ta- Chansma,
Dist- Patan, North Gujarat, India, Asia.

અર્પણ

મારી પ્રેમાળ પત્ની જ્યોતિ,

વહાલસોય દિકરી માનસી

અને

દિકરા હિમાલયને સપ્રેમ

કેડી કંડારનાર ગુરુજનોના સંસ્મરણોની પળે .....

વિનોબાજીએ કહયું છે કે, 'શિક્ષણ એ સત્યનું ઓજાર છે. કેળવણી એટલે મુકિત, આર્ષદર્શન, સ્વયંપ્રેરણા, નિત્ય નવું સર્જન, સાહસ, શાળા એટલે આ ઊર્ધ્વમૂલ્યોની પ્રયોગશાળા, શિક્ષક એટલે આ મૂલ્યોનો રખેવાળ, દ્યોતક.'શિક્ષકનું શિક્ષકત્વ આદર્શ સિદ્ધ કરે તેવું હોવું જોઈએ. શિક્ષકત્વનું એક સમીકરણ રચવાનો પ્રયત્ન કરીએ, શિક્ષકત્વ = મનુષ્યત્વ + દેવત્વ. માનવીપણામાં દેવપણું ભળે, મનુષ્યમાં જયારે દિવ્યતાનો સંચાર થાય ત્યારે માનવી માનવ કરતાં થોડો આગળ વધીને શિક્ષક બની શકે.

જયારે એક વ્યકિત શિક્ષણજગતમાં શિક્ષક તરીકે પ્રવેશ કરે છે ત્યારે વાસ્તવમાં તે એક આત્મપ્રેરિત જીવનકાર્ય કે ધર્મકાર્યમાં પોતાની જાતને જોડે છે. આ બાબતની તેનામાં સભાનતા ન પણ હોય, પરંતુ તેથી શું થઈ ગયું ? મંદિર, મસ્જિદ કે દેવળના પગથિયાં ચડનારો માણસ તેના રોજિંદા જીવનમાં થોડો વધારે ઉંચો જઈ રહયો છે તેવું તેને ભાન ન હોય તેથી શો ફેર પડી જાય છે ? મૂલ્ય તો તેનાથી કરાતી પ્રવૃતિની ઉચ્ચતાનું છે. શિક્ષણ એ એવી એક પ્રવૃતિ છે. ગમે તે સંજોગોમાં માણસે એ પ્રવૃતિ પસંદ કરી હોય, અરે પસંદ ન યે કરી હોય તેથી પણ શું ? પ્રશ્ન પસંદગી કે નાપસંદગીનો નથી, સ્વીકારનો છે. સ્વીકાર કર્યો એટલે પોતાની એ માટેની અંગત જવાબદારી શરૂ થઈ ગઈ.

આમ તો, માનવહૃદય પવિત્ર વસ્તુ છે, અને તેમાં પણ શિક્ષણ જેવી ઉચ્ચ પ્રવૃત્તિનો એક વ્યકિત સ્વીકાર કરે એ તેના હૃદયની પવિત્રતા જ પ્રતિબિંબિંત કરે છે. આ પવિત્રતા તેના હૃદયમાં શિક્ષકત્વ અભિસ્થાપિત કરવા માટે પાયાની વસ્તુ છે.

શિક્ષક બન્યા પછી આ પવિત્ર વ્યવસાયમાં આજે પાછું વળીને જોઉ છું...ત્યારે બે ચિત્રો સ્પષ્ટ થાય છે..એક તો શિક્ષક એટલે વિવિધવિષયો શીખવનાર. વિષયો શીખવીને સંતોષ માનનારા...અભ્યાસક્રમ પૂરો કરવો એ જ માત્ર તેમની જવાબદારી છે એમ હૃદયપૂર્વક માનતા હોય... તેમના વર્ગવ્યવહાર ઉપરથી આ બાબતની પ્રતીતિ થાય છે. આવા શિક્ષકો વિદ્યાર્થીને કેન્દ્રમાં રાખતા હોય તો પણ વિષયોને વધુ પ્રમાણમાં કેન્દ્રમાં રાખતા હોય છે. આથી તેમનો વર્ગવ્યવહાર યાંત્રિક બની જતો હોય તેમ લાગે છે. આવા શિક્ષકોને હું 'ઈન્સટ્રકટર' કહું છું. તેમની પાસેથી માત્ર વિષયજ્ઞાન પ્રાપ્ત કરનારાં યુવક–યુવતીઓના વ્યવહારોમાં સ્નેહ, લાગણી, માનવતા જેવાં મૂલ્યોની યોગ્ય ખીલવણી થઈ હોતી નથી. બીજું ચિત્ર એવું જોવા મળે છે કે જુદા જુદા વિષયો તો તેઓ શીખવે છે પરંતુ વિષયશિક્ષણ સાથે જીવનશિક્ષણ પણ કરતા હોય છે. તેઓને વિદ્યાર્થીઓના જીવનઘડતરમાં રસ હય છે, જેમને હું

'એજયુકેટર્સ' કહું છું. કોઠારીપંચે આવા શિક્ષકને અંજલિ આપતાં પોતાના અહેવાલના આરંભે લખ્યું છે – 'ભારતનું ભાગ્ય એના વર્ગખંડમાં ઘડાઈ રહયું છે.' રણમાં મીઠી વીરડી સમા આવા શિક્ષકો જેમને મળ્યા છે તે સાચે જ ભાગ્યશાળી છે... આજે વ્યવસાયમાં સજજતા કેળવી સફળતા અને પ્રતિષ્ઠા મેળવી શકયો છું. કારણ મારો વિદ્યાર્થીકાળ આવા પારદર્શક સચ્ચાઈવાળા આદર્શ શિક્ષકોથી ઘડાયો છે.

આમ તો વિદ્યાર્થીકાળ જ આદર્શ વ્યકિતત્વ પ્રત્યેનું આકર્ષણ રહયું છે. મારા અભ્યાસકાળના પ્રારંભથી આજ સુધી કેટલાય વ્યકિતવિશેષના સંસર્ગનો લાભ મેળવી ભાગ્યશાળી બન્યો છું. દરેક વ્યકિતપુંજના ઈષ્ટત્વને મેં અનુભવ્યું છે... માણ્યું છે.

ભારતીય સંસ્કૃતિમાં “ગુરુ”નો મહિમા અપાર છે,તેમ માણસના અતીતરાગ,શૈશવ અને વતનની સાથે પણ ગુરુઓના સંસ્મરણો પણ જીવન પર્યંત જોડાયેલા રહે છે. પોતાના જીવન ઘડતર સાથે જોડાયેલા શિક્ષકોતો જીવનના અંત સુધી યાદ આવ્યા કરે છે.એમાં પણ પ્રાથમિક શિક્ષકોને સર્વપ્રથમ પ્રણામ કરવાનું મન થાય છે. માધ્યમિક શિક્ષણ દરમિયાન ઘરના વડીલો કરતા પણ શિક્ષકો વધુ આદર્શ અને આદરણીય લાગે છે. જયારે કોલેજ કાળ દરમિયાન વાતાવરણ બદલાય છે પણ આપણાવિષયના નિષ્ણાંત અધ્યાપકો પ્રત્યે આદરભાવ રહે છે.જેમનું જીવન અને કવન જ્ઞાન,સંસ્કાર,વિવેક,ધીરજ,પરિશ્રમી,દૂરદર્શી,પ્રેમાળ અને પ્રેરણાથી તરબોળ હોય તેવા ગુરૂ તો જીવનભરના ગુરૂ બની રહે છે.

આ વિરાટ આકાશમાં અસંખ્ય ટમટમતા તારલાઓની જેમ ખૂબ જ ઓછા પ્રકાશમાન તારલાઓની જેમ હું આજે મારા અસ્તિત્વનાં ૪૩ વર્ષ પૂરાં કરી ૪૪મા વર્ષમાં પ્રવેશ કરું છું. સ્વયં એક શિક્ષક તરીકે ૧૫ વર્ષથી કારકિર્દી નિભાવી રહ્યો છું ત્યારે આજે હું “મારી વિદ્યાયાત્રાના પ્રેરણામૂર્તિઓ” વિશે થોડી ટૂંકી વાત કરવા બેઠો છું. મારા અભ્યાસકાળ દરમિયાન ઘણાં શિક્ષકો પાસે ભણવાની તક મળેલી પરંતુ તેમાના કેટલાક શિક્ષકો કાયમ માટે મારા માનસ પટલ પર છવાયેલા રહ્યા. જેમણે મારું જીવન અને કવનનું ઘડતર કર્યું તેમને હું કદી ભૂલી શકતો નથી તેવા મારા પ્રાથમિક શાળાના શિક્ષકો શ્રી નૌતમભાઈ ભટ્ટ અને જ્યોતિબેન પંડ્યાએ પોતાના વ્યક્તિત્વ અને કર્મ વડે મારામાં શિક્ષકત્વના બીજ રોપેલ.તેઓ જાણ્યે અજાણ્યે મારા આદર્શ બની ગયા હતા. ઉત્તરબુનિયાદી શાળાના ગુરુજનો કે જેઓ ખરેખર કેળવણીને વરેલા હતા તેવા શ્રી નેમુભાઈ આંબલિયા,શ્રી સુભાષભાઈ મારા માટે જીવન પથદર્શક બની ગયા. આગળ જતાં સ્નાતક અને અનુસ્નાતકના અભ્યાસકાળ દરમ્યાન વિદ્વાન પ્રાધ્યાપકો પાસેથી જ્ઞાન પ્રાપ્ત થયું

જેમાં શ્રી અશ્વીનભાઈ ભટ્ટ અને ડૉ.જગદીશભાઈ ભાઈ દવેને કદી વિસરી શકાય તેમ નથી. ડૉ.મનહરભાઈ ઠાકરે મારામાં શિક્ષક બનવાના બીજ રોપ્યાં હતા. મને સારો શિક્ષક બનવાની પ્રેરણા તેમની પાસેથી પ્રાપ્ત થઈ. ડૉ.ભોગાયતા સાહેબનું વ્યક્તિત્વ જ સારા શિક્ષક બનવા માટે પૂરતું છે. તેવો જીવનભર મારા પ્રેરણામૂર્તિ બની રહેશે.

મને શિક્ષકના વ્યવસાય માટે શ્રી વિદ્યાવિહાર માધ્યમિક શાળા જેવી યુવાન શાળામાં સેવા કરવાની અમૂલ્ય તક સાંપડી. યુવાન શાળાની સાથે સાથે યુવાન,પ્રયોગશીલ,અધ્યેતા કેન્દ્રી આચાર્ય શ્રી છગનભાઈ જાંબુચાએ મને શાળામાંમુક્ત અને સુંદર વાતાવરણ પૂરૂં પાડ્યું જેને કારણે હું એક સારો પરિવર્તનશીલ શિક્ષક બની શક્યો. સખત મહેનતુ,નિષ્ઠાવાન,અધ્યેતા કેન્દ્રી,ઉર્જાવાન,પરિવર્તનશીલ,પ્રયોગશીલ,નાવીન્યપૂર્ણ વિચારશીલ,સંવેદનશીલ,વિષય નિષ્ણાંત અને સહકારની ભાવના સભર શ્રી છગનભાઈ જાંબુચા,યુનુસભાઈ,રાજેશભાઈ,જયેશભાઈ, નિકુંજભાઈ,કમલેશભાઈ,હેતલબેન,વિપુલભાઈ,દિનેશભાઈ જેવા શિક્ષકો સાથે શિક્ષણ કાર્ય કરવાની જે અનમોલ ભેટ મળી તેને મારૂં સદભાગ્ય સમજુ છું. સર્વ સાથી શિક્ષકો પાસેથી શિક્ષણની નવી નવી પ્રયુક્તિઓ, પદ્ધતિઓ અને સદગુણો શીખવાનો સુંદર અવસર પ્રાપ્ત થયો જેને કારણે આજે હું એક કસાયેલ અને પરિવર્તનશીલ શિક્ષક બની શક્યો છું. તેવો સર્વે મારા માટે પ્રેરણામૂર્તિઓ છે અને રહેશે.

શિક્ષક તરીકેના સેવા કાળ દરમિયાન મને જિજ્ઞાસુ, આજ્ઞાંકિત,સંસ્કારી,આદર્શ વિદ્યાર્થીઓને ભણાવવાની તક સાંપડી છે. તેઓની જિજ્ઞાશાવૃતિએ મને પરિવર્તનશીલ અને જ્ઞાનપિપાસુ શિક્ષક બનાવ્યો તેનો યશ વ્હાલા વિદ્યાર્થીઓને જાય છે. આદર્શ વિદ્યાર્થીઓ પાસેથી પણ મને ઘણું શીખવા -શીખવવાના ગુણો પ્રાપ્ત થયા. આજે પણ આદર્શ વિદ્યાર્થીઓ પાસેથી શિખતો રહું છું.

ઉત્તમ શિક્ષકો ,પ્રાધ્યાપકો ,સાથી શિક્ષકો અને વિદ્યાર્થીઓને હું ક્યારેય નહિ ભૂલી શકું. કદાચ તેઓ ન મળ્યા હોત તો આજે હું સારો શિક્ષક બની શક્યો ન હોત. સર્વેના આભારર્થે મેં આ પુસ્તક લખવાનો વિનમ્ર પ્રયાસ કર્યો છે.

ડૉ.નરવણભાઈ બારૈયા

મારી વિદ્યાયાત્રાના પ્રેરણામૂર્તિઓ

૧) મારા જીવનના પ્રથમ શિક્ષક મારા દાદીમા

૨) મારી પ્રિય પ્રાથમિક શાળા અને પ્રિય શિક્ષકો : શ્રીમતિ જ્યોતિબેન પંડ્યા અને નૌતમભાઈ ભટ્ટ

૩) મારા સ્વપ્નની શાળા મંગલભારતી લોકશાળા હાથબ બંગલા અને પ્રેરણામૂર્તિ આચાર્ય શ્રી નેમુભાઈ અને શિક્ષક સુભાષભાઈ :

૪) મને પુસ્તકો અને વાંચન પ્રત્યે ઘેલું લગાડનાર મૌલિક વિચારક: ડૉ. લક્ષમણ જેઠવા

૫) મારા વિકસની કેડી કંડારનાર પ્રેરણામૂર્તિ : શ્રી ભાર્ગવભાઈ જાની

૬) મારામાં સાચા શિક્ષકના બીજ રોપનાર પ્રેરણામૂર્તિ પ્રાધ્યાપક : ડૉ. મનહરભાઈ ઠાકર

૭) મને સંશોન કાર્ય કરવા પ્રેરનાર પ્રોફેસર : ડૉ. જીવરાજભાઈ મૈયાણી

૮) મને શ્રેષ્ઠ શિક્ષક બનવાની પ્રેરણા આપનાર અદ્યતન પ્રોફેસર: ડૉ. ચંદ્રકાંતભાઈ ભોગાયતા

૯) અંગ્રેજી ભાષા અને ગ્રામરના માર્ગદર્શક નિષ્ઠાવાન શિક્ષક : મનોજભાઈ પરમાર

૧૦) શાળાના પાયાના પથ્થર: શ્રી છગનભાઈ જાંબુચા

૧૧) મને શિક્ષણના વ્યવસાયમાં શ્રેષ્ઠ કામ કરવાની પ્રેરણા આપનાર સાચા શિક્ષક : યુનુસભાઈ મન્સૂરી

૧૨) મનોવૈજ્ઞાનિકશિક્ષક રાજેશભાઈ મકવાણા

૧૩) વિજ્ઞાન અને કેમેરાના કસબી નિકુંજભાઈ પારેખ

૧૪) ઉર્જાવાન અને પ્રયોગશીલ શિક્ષક કમલેશભાઈ મકવાણા

૧૫) પ્રવાસ પ્રેરક શિક્ષક જયેશભાઈ મકવાણા

૧૬)લોકનૃત્યોના પર્યાય 'હેતલબેન મુંજપરા'

૧૭)શ્રેષ્ઠ શાળા અને તેનો સ્ટાફ

૧૮) મારી શિક્ષણ યાત્રાના સહભાગી વિદ્યાર્થીઓ :

I. મને અંગ્રેજી વિષયના સારા શિક્ષક બનાવનાર : માંગુકિયા કશ્યપ

II. શાળાના આદર્શ વિદ્યાર્થીની : બારૈયા આલ્પાબેન ચભાડીયા કાજલબેન

III. વિચારશીલ અને સંસ્થાના હિતેચ્છુ આદર્શ વિદ્યાર્થી : જાની મેહુલભાઈ

IV. વર્ગખંડમાં ટેકનોલોજીનો ઉપયોગ શીખવનાર : ગૌસ્વામી અમૃત

મારા જીવનના પ્રથમ શિક્ષક મારા દાદીમા

એક માતા સો શિક્ષકની ગરજ સારે છે એ વાત દુનિયાના દરેક વ્યકિતના જીવન માટે સાચી છે. માતા બાળકની પ્રથમ શિક્ષક છે. વર્તમાન વિજ્ઞાનના તારણો અને સંશોધન મુજબ બાળકનો વિકાસ ગર્ભાધાનથી જ થાય છે. બાળપણના પ્રથમ બે વર્ષ બાળકના વિકાસના સૌથી અગત્યના વર્ષ ગણાય છે. તે સમય દરમ્યાન બાળકના માનસમાં અનેક ભાવ, વલણ, અભિગમ, લાગણી વિકાસ પામે છે અને તે જીવંતપર્યંત રહે છે. બાળકના વિકાસમાં વારસો અને વાતાવરણ ખુબ જ અગત્યનો ભાગ ભજવે છે. મારો જન્મ કુટુંબ માટે આનંદની પળ હતી. કારણ કે મારા પિતાજી ઘરમાં સૌથી મોટા અને તેમના ઘરે હું પુત્ર તરીકે પ્રથમ સંતાન, મને સુવડાવી મારા મમ્મી દરરોજ ખેતીના કામમાં જોતરાઈ જતી. મને મારા મમ્મીની સાથે મારા દાદીમાનો અપાર પ્રેમ પ્રાપ્ત થયેલ. દાદીમાનો હું સૌથી લાડકવાયો પૌત્ર હતો. બાળપણમાં મમ્મી કરતાં વધારે દાદીમા સાથે રહેવાનું ગમતું. દાદીમાના પ્રેમાળ અને લાગણીસભર સ્વભાવને કારણે ઘરમાં સૌથી પ્રિય, માનપાત્ર અને આદર્શ વ્યકિત હતા. તેમની પાસે બધા જ પ્રકારના લાડ કરતા. તેઓ ઘરના દરેક સભ્યોની ખુબ જ ખેવના કરતા. ઘરમાં બિમાર પડેલ વ્યકિતને સાજા કરવા અથાગ પ્રયત્ન કરે. હું બિમાર પડું તો આખી રાત જાગીને મારી સંભાળ લે. બીજાની પીડા કદી જોઈ શકતા નહીં.

પોતે અભણ હોવા છતાં પુત્ર–પૌત્રોને ભણાવવામાં ખુબ રસ દાખવેલ અને પ્રાથમિક શાળામાં દાખલ કરી શાળાએ પ્રથમ વખત મુકવા આવેલ. તે પહેલા તેમણે મને શિક્ષણનું મહત્વ સમજાવેલ. નાનકડી બેગ અને પાટી સાથે કાકરો અપાવી મને

ગામની પ્રાથમિક શાળામાં મૂકવા આવેલ. શાળામાં મારૂ નામ લખાવી શાળાના આચાર્યને મારા પર ધ્યાન રાખવા ભલામણ કરેલ. હું નિયમિત પણે શાળાએ જાઉ તેના માટે પુરતી કાળજી લીધેલ. શાળાએ જવા માટે મને પાંચ પૈસા કે દસ પૈસા ભાગ લેવા પણ આપતા. જેને કારણે મારા શાળા સાથે અતૂટ નાતો જોડાઈ ગયો. પોતે અભણ હોવા છતાં ઘરકામ કરવાનું યાદ અપાવતા.

પ્રાથમિક શિક્ષણ પુરું કરી આગળ અભ્યાસ માટે મને હાથબ બંગલા લોકશાળામાં દાખલ કર્યો. ઘર છોડતાં પહેલા દાદીમાએ જીવનભર ઉપયોગી સલાહ આપેલી. તે આજે પણ યાદ છે અને જીવનમાં ઉતારી છે. તેમણે મને રસ્તો ઓળંગવાની, તબીયતની, સારા મિત્રો સાથે દોસ્તી કરવાની, આળસ ન કરવી, ઈર્ષા ન કરવી, ખુબ મહેનત કરી આગળ વધવાની સલાહ આપેલ. આ ઉપરાંત તેણીના જીવનમાંથી જીવનના મૂલ્યો શિખ્યો છું. જીવનની દરેક મુશ્કેલ પળે તેમના તરફથી મળેલ સલાહ, હિંમત અને શકિત આપે છે. આખા કુટુંબને એક તાંતણે બાંધી રાખના અને સૌને ખુશખુશાલ રાખનાર દાદીમાની ૨૦૦૧ માં વિદાય થઈ. તેમના જવાથી કુટુંબમાં શૂન્યાવકાસ સર્જાઈ ગયો પરંતુ તેમનું વ્યકિતત્વ મારા માટે જીવનભર પ્રેરણા આપતું રહેશે.

મારી પ્રિય પ્રાથમિક શાળાઅને પ્રિય શિક્ષકો :

શ્રીમતિ જયોતિબેન પંડયા અને નૌતમભાઈ ભટ્ટ

સમુદ્રના કિનારે આવેલ શાળામાં વર્ગખંડો હોવા છતાં પણ સંત જોવા વડ નીચે ભણવાની ખુબ મજા આવતી. શાળાના શિક્ષક શ્રી નૌતમભાઈ ભટ્ટ પગથી અપંગ પરંતુ ભણાવવામાં કાબીલેદાદ. તેઓ શિસ્તના આગ્રહી હતા. જયારે તેઓ ભણાવતા હોય ત્યારે કોઈ વિદ્યાર્થીની ગેરશિસ્ત ચલાવી લેતા નહી. સુઘડ વસ્ત્રો ધારણ કરી સમયસર શાળાએ આવી જતા. તેઅ બધા જ વિષયો ભણાવતા પરંતુ તેમની ગણિત વિષય ભણાવવાની પધ્ધતિ આગવી હતી. સૌ પ્રથમ પ્રકરણને ધ્યાનથી, ઉદાહરણો આપી સમજાવે પછી સુંદર અક્ષરે બોર્ડમાં દાખલા ગણાવતા. તેમણે ગણાવેલા દાખલા જેવા દાખલા વર્ગમાં ગણવાનું કહેતા. બાળકોને ન સમજાય તો વારંવાર સમજાવતા પરંતુ કામચોરી કરનાર બેદરકાર વિદ્યાર્થીઓને તેઓ પારખી જતા. તેમને તેઓ આકરી સજા કરતા. તેમનામાં વિદ્યાર્થીઓને પારખવાની કળા અદ્ભુત હતી. દરેક વિદ્યાર્થીઓ પ્રત્યે સમદ્દષ્ટિ રાખતા. પોતાના ભાગે આવતું દરેક કાર્ય સમયસર કરતા. કુદરતે બક્ષેલ ખામીને તેઓ એ ખુબીમાં પલટાવી નાખેલ. ખરેખર તેઓ સત્યનું આચરણ કરનારા સાચા શિક્ષક હતા. તેમની પાસેથી ભણીને આગળ ગયેલા મોટા ભાગના વિદ્યાર્થીઓ આજે સારા પદ પર છે. તેમનો સંપૂર્ણ યશ શ્રી નૌતમભાઈ ભટ્ટના શિરે જાય છે તેમ કહેવામાં જરાય અતિશયોકિત નથી.

એ જ અરસામાં અમારી શાળામાં નવા શિક્ષકો જોડાયા. તેમનું નામ હતું જયોતિબેન પંડયા. સુંદર વસ્ત્રોમાં સજજ જયોતિબેનને વિદ્યાર્થીઓ ખુબ જ પ્રિય હતા. સરળ અને પ્રેમાળ સ્વભાવને કારણે અમારા સૌના પ્રિય શિક્ષિકા બની રહયા.

વિદ્યાર્થીઓને નિષ્ઠાથી ભણાવતા, રમાડતા, ગમ્મત કરાવતા પરંતુ કદી ગુસ્સે થતા નહીં. તેમણે ખરેખર શાળામાં અંગ્રેજી વિષયને એટલો રસપ્રદ બનાવેલ કે આજે પણ તેમણે ભણાવેલ પાઠ યાદ છે. તેણીના પ્રયત્નો અને પ્રોત્સાહનને કારણે મારા જેવા સામાન્ય વિદ્યાર્થીમાં અંગ્રેજી વિષય પ્રત્યે રૂચિ જાગેલ. આગળ જતા અંગ્રેજી મારો મુખ્ય અને કારકિર્દીનો વિષય બની ગયો. તેનો યશ મારા પ્રાથમિક શાળાના શિક્ષિકા જયોતિબેન પંડયાને જાય છે.

મારા સ્વપ્નની શાળા મંગલભારતી લોકશાળા હાથબ બંગલા અને પ્રેરણામૂર્તિ આચાર્ય શ્રી નેમુભાઈ અને શિક્ષક સુભાષભાઈ :

ગામમાં માત્ર સાત ધોરણ સુધી અભ્યાસ હતો. આગળ અભ્યાસ માટે બીજા ગામમાં ભણવા જવાનું હતું. અમારા ગામમાં આજુબાજુની છાત્રાલયવાળી લોકશાળાના શિક્ષકો વિદ્યાર્થીઓની સંખ્યા મેળવવા આવતા. તેઓ શાળાના આચાર્યશ્રી, શિક્ષકો અને વિદ્યાર્થીઓના વાલીઓને છાત્રાલય જીવનનું મહત્વ સમજાવતા. તે સમયે શહેરમાં જઈ ભણવું શકય પણ નહોતું અને શહેરમાં કોઈ પરિચિત પણ ન હતું. એટલે ગામડાંના વિદ્યાર્થીઓ શાળાંત પાસ કરી લોકશાળામાં પ્રવેશ મેળવતા. મારા ગામના કેટલાક વિદ્યાર્થીઓ અને મારા કાકા પણ મંગલભારતી લોકશાળા હાથબ બંગલા ભણેલા. મને પણ ત્યાં ભણવા માટે પ્રવેશ મળ્યો. ઘર છોડી પ્રથમ વખત માતા–પિતા અને કુટુંબથી દૂર જવાનું હતું. લોકશાળામાં ભણવા જવા માટેનો પત્ર આવ્યો તેમાં સાથે લઈ જવાની વસ્તુઓની યાદી હતી. ખાદીના કપડાં, ખાદીનો ટુવાલ, સાદા ચપ્પલ, ફાનસ, સોઈ–દોરા, દોરી, સાબુ, પતરાની બેગ, તાળું, માથામાં નાખવાનું તેલ અને નોટબુકો. બધી જ વસ્તુઓ એકઠી કરી તૈયારી કરી, જવાના દિવસે વહેલી સવારે મારા દાદીમાએ કપાળમાં તિલક કરી દહીં ખવડાવ્યું. તેઓ ઘરની બહાર સારા શુકન માટે કોઈ પનિહારીની રાહ જોઈ ઉભા રહયા. દૂરથી પાણી ભરીને આવતી પનિહારીને જોઈ મને ચાલવાનું કહયું. દાદા–દાદી, મા, કાકા, બહેન બધા મને બસ–સ્ટેશને વિદાય આપવા આવ્યા. મેથળા ભાવનગર બસમાં બેસી હાથબ બંગલા પહોંચી ગયો પરંતુ સાંજ પડતાં ઘરની યાદ કોરી ખાતી હતી. ત્યાં નહોતા દાદા–દાદી, મા, બા–બાપુજી, ભાઈ–બહેન. સૌ અજાણ્યા મિત્રો સાથે રાત પસાર થઈ.

સવાર પડતાં જાણે મારા જીવનમાં નવા સૂર્યનો ઉદય થયો હોય તેવું લાગ્યું. મંગલભારતી લોકશાળાના પ્રેમાળ કર્મચારીઓએ મને ઘરની યાદ ભૂલાવી દીધી. સાંજે છાત્રાલયમાં ગુજરાતી શિક્ષક શ્રી સુભાષભાઈ આવ્યા. કહયું,'દોસ્ત કેમ છે ? જમ્યા ?' મારા ખભા પર હાથ મુકી મને રૂમમાંથી બહાર લઈ ગયા પછી મારા ઘરના વિશે પરિચય પૂછયો. મને ચાલતા ચાલતા તેમના ઘરે લઈ ગયા. લોકશાળા વિશે સુંદર મજાની વાતો કરી. નવું વાતાવરણ, ઘર છોડવાનું દુઃખ પણ મનમાં ભણી–ગણીને આગળ વધવાની ધગશે મને ઘરની યાદ ભુલાવી દીધી. અજાણ્યા પંથકમાં કોઈ એક વ્યકિત પોતાની ચિંતા કરવાવાળું મળ્યું. ધીમે–ધીમે સંસ્થામાં ગમવા લાગ્યું.

સાંજ પડતા જમવાનો બેલ વાગ્યો. જમવા માટે બધા જ એક કતારમાં બેસી ગયા પણ જમવાનું ગમતું ન હતું. એટલામાં આચાર્યશ્રી નેમુભાઈ આંબલિયા આવી પહોંચ્યા, મને કહયું કેમ થાળીમાં જમવાનું પડયું છે ? શું સ્વાદ સારો નથી ? એમ કહી મારી થાળીમાંથી ખીચડી લઈ તેઓ જમવા લાગ્યા, પછી અમે સૌએ જમવાનું શરૂ કર્યુ. જમીને રાત્રે ૮ કલાકે રાત્રીસભામાં સમુહ પ્રાર્થના થઈ. બધા જ શિક્ષકો પ્રાર્થના સભામાં હાજર રહયા. ગૃહપતિશ્રીએ છાત્રાલય જીવનના નિયમો કહયા. આચાર્યશ્રીએ છાત્રાલય જીવનના ફાયદા વર્ણવ્યા. સૌ સ્ટાફનો પ્રેમાળ સ્વભાવ અને નિઃસ્વાર્થ સેવા મને સ્પર્શી ગઈ. લોકશાળાના ઢાચામાં હું સંપૂર્ણપણે ઓતપ્રોત થઈ ગયો.

લોકશાળામાં અભ્યાસની સાથે સાથે શ્રમદાનની મજા કંઈ અલગ હતી. હું ખેડુતપુત્ર હોવાના કારણે મને ખેતી કામમાં ખુબ રસ પડતો. છાત્રાલય નિવાસમાં કામ કરવું ફરજિયાત હતું. સમયાંતરે શાળા સફાઈ, રસોઈમાં ભાખરી વણવી,

પીરસવું, બગીચાનું કામ વગેરે ખુબ જ ઉત્સાહથી કાર્ય કરવાની ટેવ મને પડી ગઈ હતી. આ પરિવર્તન ગાંધી વિચારધારાથી ચાલતી કેળવણી લોકશાળાના શિક્ષકોના પ્રતાપે આવ્યું. શિક્ષકો અમારી સાથે કામમાં જોતરાઈ જતા. તેઓ અમારા માટે પ્રેરણામૂર્તિ હતા. આજે પણ એ શિક્ષકોને નથી ભૂલી શકયો. જેઓ ૨૪ કલાક પોતાની નોકરીને વફાદાર હતા. શાળાના કેમ્પસમાં જ સૌ શિક્ષકો કુટુંબ સાથે રહેતા હતા. શિક્ષકો પિતૃતુલ્ય હતા. અમારા સુખે સુખી અને અમારા દુ:ખે દુ:ખી. છાપા અને મેગેઝીનનું વાંચન, પ્રયોગશાળામાં પ્રયોગો, સખત મહેનત, પ્રવાસ પર્યટન પ્રત્યે લગાવ, રમતોને પ્રાધાન્ય, સાંસ્કૃતિક પ્રવૃતિઓ, બાગાયત અને ખેતીકામ, સમુહજીવન, સાદગી, ગાંધી વિચાર, શિક્ષકો પ્રત્યે માન, પર્યાવરણ પ્રત્યેનો લગાવ, શિક્ષકો અને માતૃશાળા પ્રત્યે ઋણભાર, હકારાત્મક અભિગમ, વિચારોની મૌલિકત જેવા અનેક સદગુણો મારામાં વિકસાવનાર લોકશાળાના આચાર્યશ્રી નેમુભાઈ આંબલિયા, શ્રી સુભાષભાઈ જેઠવા, શ્રી બોઘાભાઈ જેઠવા, ધરમશીભાઈ પટેલ, જેરામભાઈ પટેલ, નટુભાઈ ઝાલાને હું કદી ભૂલી શકીશ નહી. મારી વિદ્યાયાત્રામાં તેઓનો સિંહફાળો રહયો છે. આજે હું જે કંઈ છું, મારામાં ઘડાયેલા સદગુણો, રીતભાત માટે હું હંમેશા તેઓનો ઋણી રહીશ. મારી આદર્શ શાળાને હું કયારેય ભૂલી શકીશ નહી. ગાંધીજીની કેળવણીના બીજ મારામાં રોપાઈ ચૂકયા હતા. ચાર H ની કેળવણી Hand, Heart, Head and Human મને મારી આદર્શ શાળામાંથી મળી હતી.

જીવનરૂપી ઘડતરમાં પાયાનું મહત્વ વિશેષ હોય છે. મારા જીવનનું ઘડતર અને શિક્ષણનું ચણતર આ મહાનુભાવોએ કર્યું. આજે આ પાયાનું ચણતર મજબુત

બનીને ઈમારત સુધી પહોંચી શકયું છે. જેનો યશ હું મારા પરમ વંદનીય ગુરૂજીને આપુ છું.

અંગ્રેજી ભાષાના ઉદઘોષક : અશ્વિનભાઈ ભટ્ટ :

ઉચ્ચ અભ્યાસ માટે લોકશાળાનું બુનિયાદી શિક્ષણ મેળવી શહેરમાં ભણવાનું થયું. ઉચ્ચતરમાધ્યમિક શિક્ષણ માટે વડવા વિદ્યાભવન, ભાવનગર (હાલ એમ.કે.જમોડ હાઈસ્કુલ) માં પ્રવેશ મળ્યો. શાળામાં ખાસ શૈક્ષણિક વાતાવરણ હતું નહી પરંતુ નજીકનો પિલગાર્ડન અને જિલ્લા પંચાયતની લાઈબ્રેરી મારા માટે વાંચનાલય બન્યા હતા.

ઉચ્ચશિક્ષણની સાચી શરૂઆત ભાવનગરની શામળદાસ આર્ટસ કોલેજથી થઈ હતી. ત્યાં અંગ્રેજી મુખ્ય વિષય સાથે સ્નાતક થયો. આ કોલેજના અંગ્રેજી વિષયના પ્રાધ્યાપક શ્રી અશ્વિનભાઈ ભટ્ટે મારા પર અંગ્રેજી વિષયની ઉત્કૃષ્ટ છાપ ઉપસાવી હતી. તેઓ અંગ્રેજી ભાષા સાહિત્ય સાથે ભાષાના નિષ્ણાત હતા તેમજ અંગ્રેજી ભાષાશાસ્ત્રના પ્રખર વિદ્વાન હતા. જયારે પણ તેમને પ્રશ્ન પુછવામાં આવતો તેઓ હંમેશા અંગ્રેજીમાં જવાબ આપતા. સ્ટાફરૂમમાં પણ હંમેશા વાંચન કરતા નજરે પડતા. બધા જ વિદ્યાર્થીઓ પ્રત્યે સમદ્રષ્ટિ રાખતા. તેમને બ્રિટીશ ઉચ્ચારણ સાથે અંગ્રેજી બોલતા સાંભળવા સૌને ગમતા. તેઓ કદી ગુસ્સો કરતા નહી. તેઓ અંગ્રેજી ભાષાની હરતી–ફરતી Language Laboratry હતા. આજે પણ જયારે B.B.C. World News સાંભળું છું ત્યારે પ્રો.અશ્વિનભાઈ ભટ્ટ યાદ આવે છે. તેઓએ મારામાં અંગ્રેજી ભાષા વિજ્ઞાન, ઉચ્ચારણ શાસ્ત્ર, આરોહ–અવરોહના બીજ વાવ્યા હતા. અંગ્રેજી ભાષાને સરળ બનાવવાનું પુણ્યનું કામ કર્યુ હતું. આવા પ્રાધ્યાપકો વિદ્યાર્થીઓના હૃદયમાં આજીવન સ્થાન પામે છે. તે સિવાય પ્રા.ભુપતાણી સાહેબ, ડૉ.મનહરભાઈ ઠકકર, સંસ્કૃતમાં શુકલ સાહેબ, ભટ્ટ સાહેબ, ગુજરાતીમાં જયંતભાઈ ગોહેલ, પ્રો.ગંભીરસિંહજી ગોહિલ વગેરે વિદ્વાન

પ્રાધ્યાપકો પાસે ભણવાની તક મળી. તેઓ પણ મારા જીવનના યાદગાર પ્રાધ્યાપકો બની રહયા.

ગુજરાતી સાહિત્યના ખરા વિવેચક : હિતેષ જાની :

કોલેજકાળ પુરો કર્યો તે દરમિયાન કોલેજની હોસ્ટેલમાં રહી અનેક મિત્રો મળ્યા. તેઓએ પણ મારા શિક્ષણમાં ખુબ જ મોટો ભાગ ભજવ્યો છે. તેમાંના એક છે હિતેષ જાની. વાંચનમાં ખુબ જ શોખીન. તેમના હાથમાં આવેલ પુસ્તક વંચાઈ જ ગયું બીજા દિવસે તે પુસ્તકની ચર્ચા પણ થયા વગર રહે નહી. આજે પણ વાંચનનો કિડો છે. સાહિત્ય પ્રત્યેની ઉડી સુઝ છે. સાહિત્યની સમીક્ષા કરવાની તેમનામાં અગાધ ક્ષમતા છે. સાહિત્યને ઉંડાણથી વાંચવાની તેમનામાં ખુબ ધગશ રહેલી. તેમનો વિષય ગુજરાતી હોવા છતાં દરરોજ ભેગા થવાનું ચૂકતા નહી. દરરોજ કોલેજમાં થયેલ કાર્યોની સમીક્ષા અચૂક કરતા. સાદુ જીવન અને ઉચ્ચ વિચાર ધરાવનાર મેઘાવી હિતેષ સાથે સમય વિતાવવો એક લહાવો સમજુ છું. સુંદર અને સુઘડ લેખન કૌશલ્ય ધરાવનાર હિતેષને સંસ્કાર તેમના માતા–પિતા પાસેથી પ્રાપ્ત થયા હતા.હિતેષને જેટલો પ્રેમ એમના મતા–પિતા પાસેથી મળતો તેટલો જ પ્રેમ મને પણ મળતો. અમારા બન્નેના વિષયો જુદા–જુદા હતા પરંતુ નિઃસ્વાર્થ મિત્રતા તો હંમેશ માટેનું મેઘધનુષ્ય બની રહયું. સાહિત્યમાં રસ ધરાવનાર વ્યકિતએ હિતેષને અચુક મળવું રહયું. M.A. Ph.D. પૂર્ણ કર્યા પછી તેમણે અનેક પુસ્તકોનું સંપાદન પણ કર્યુ. ખરા અર્થમાં સાહિત્યનું વાંચન અને પાચન કરનાર હિતેષ જેવા મિત્રો મળવા ખુબ મુશ્કેલ છે. સત્યવાદી, નિષ્ઠાવાન, સમયપાલનમાં માનનાર,સાહિત્યપ્રેમી, રાષ્ટ્રપ્રેમી હિતેષની સેવાની સાહિત્ય જગતને જરૂર છે.

સુખ દુ:ખના સાથી : ઢાપા ઘેલાભાઈ

જેમની સાથે આઠ વર્ષ સુધી યુનિવર્સીટીની હોસ્ટેલમાં રહેવાનું સૌભાગ્ય મળ્યું તે છે મિત્ર ઢાપા ઘેલાભાઈ. અમે બન્ને હોસ્ટેલમાં સગાભાઈની જેમ રહયા. તેમનો વિષય સાઈન્સ અને હું વિનયન શાખાનો વિદ્યાર્થી. બન્નેમાં મિત્રતાની સાથે સાથે ઘણી સમાનતા હતી. તે એક ગામડાના અભણ માતા–પિતાના પુત્ર, બન્ને ખેડુત પુત્ર, બન્ને N.C.C. Airwing માં સાથે જોડાયા અને બન્નેનું લક્ષ્ય સારી નોકરી મેળવવાનું હતું મારા પરિવાર કરતાં તેમના પરિવારની આર્થિક સ્થિતિ સારી હતી. તેમનામાં ભણવાની જિજ્ઞાસાવૃતિ ખુબ હતી. તેઓ હંમેશા પ્રથમ નંબરે પાસ થવાની ખેવના રાખતા. તેમના વ્યવહાર પરથી સખત મહેનત કરવાની ટેવ મારામાં પણ આપોઆપ વિકસી હતી. અમે બન્ને N.C.C. ના કેડેટસ હોવાના નાતે કેમ્પમાં સાથે જવાની તક મળેલી. બન્ને જાતે રસોઈ બનાવી, જમીને અભ્યાસમાં પરોવાઈ જતા. રજાના દિવસે પુસ્તકો લઈ વિકટોરીયા પાર્કમાં આખો દિવસ વિતાવતા. તેમણે ભૌતિક શાસ્ત્રનું ઉંડાણભર્યુ જ્ઞાન મેળવ્યું. બન્ને મિત્રો સાંજ–સવાર મેદાનમાં વિતાવતા. અભ્યાસમાં આગળ નિકળવાની ધગશને કારણે કયારેય મનોરંજન પાછળ સમય વિતાવ્યો નહોતો. તેઓ નવું જાણવાના, નવું પામવાના અને ન પ્રાપ્ત થાય ત્યાં સુધી જમતા નહી. અનેક સંદર્ભ પુસ્તકો વાંચી જ્ઞાન આત્મસાત કરી પોતાના વિષયમાં નિપૂણ બન્યા.Tata, Migralaire, Mecmilan પ્રકાશનના પુસ્તકોની અમારા રૂમમાં હારમાળા રહેતી. ગાંધીજીની બુનિયાદી કેળવણી પામેલ ઘેલાભાઈ પણ દરેક કાર્યો પોતાની જાતે જ કરવાના આગ્રહી હતા. અભ્યાસમાં હંમેશા પ્રથમ નંબરે જ પાસ થવાની નેમ રાખતા. તેઓ અભ્યાસની સાથે સાથે રમતમાં પણ એટલા જ નિપુણ હતા. તેઓ મને પણ દરરોજ દોડ, લાંબીકૂદ,

ઉંચીકુદ વગેરેમાં ઘસડી જતા. તેઓ દોડમાં પણ અગ્રેસર રહેતા. N.C.C. માં તે સમયે R.D.C. પરેડની પસંદગીમાં દોડને પ્રાધાન્ય આપતા હતા. તેઓ ઓલ ગુજરાતમાં દોડમાં પ્રથમ સ્થાન મેળવી દિલ્લી ખાતેની પરેડમાં પસંદગી પામ્યા હતા. જે મારા માટે ગર્વની બાબત હતી. અમે બંને હંમેશા સુખદુ:ખના સાથી રહયા. મારા કુટુંબના દરેક પ્રસંગે તેઓ હાજર રહેતા અને તેમ તેમના કુટુંબ માટે પણ હું એક ઘરનો જ સભ્ય હતો. અમે બન્ને એકબીજાની ખામીઓ અને ખુબીઓ જાણતા હોવાના કારણે અમારી મૈત્રી અતુટ હતી. કયારેક કયારેક મતભેદ થતા હતા પણ કયારેય મનભેદ થયા નથી. તેઓ M.Sc માં પ્રથમ ક્રમાંકે પાસ થયા. ભાવનગરની કેળવણીના પાયાસમાન શ્રી દક્ષિણામૂર્તિમાં શિક્ષક બનવાની તક મળી પરંતુ તેમના જ્ઞાન, આવડત, કૌશલ્ય મુજબ તેઓને નોકરી ન મળ્યાનો રંજ તેમને અને મને હંમેશા રહયો અને રહેશે. તેમના જેવા ભાઈતુલ્ય મિત્ર મળ્યા તે બાબતને હું ઈશ્વરના આશિર્વાદ માનુ છું. તેઓ મારા જીવનમાં ન મળ્યા હોત તો આજે હું જયાં છુ ત્યાં હોત કે કેમ તે મારા માટે પ્રશ્ન છે.

અમારી મિત્રતાને કૃષ્ણ અને સુદામાની મિત્રતાનું બિરૂદ આપવામાં આવ્યું હતું.

મને પુસ્તકો અને વાંચન પ્રત્યે ઘેલું લગાડનાર મૌલિક વિચારક

:લક્ષ્મણ જેઠવા :

શામળદાસમાં ગ્રેજયુએશન પુર્ણ કરી ભાવનગર યુનિવર્સિટીના અંગ્રેજી ડિપાર્ટમેન્ટમાં માસ્ટર ડિગ્રી કરવાની તક મળી તે સમયે અંગ્રેજી વિભાગના વડા પદે ડૉ. જગદીશભાઈ દવે હતા. જ્ઞાનનો અખૂટ ભંડાર તેમની પાસે ભરેલો હતો. અંગ્રેજી વિષય અને વિશ્વ સાહિત્ય પર તેમની નિપૂણતા હતી. તેમની પાસે ભણવાની તક મળી તે માટે હું ધન્યતાની લાગણી અનુભવું છું. અંગ્રેજી સાહિત્યનો સાચો પરિચય તેમની પાસેથી પ્રાપ્ત થયો. અમેરિકન સાહિત્ય, ગ્રીક સાહિત્ય, રશિયન સાહિત્ય, ફ્રેન્ચ સાહિત્ય અને ભારતીય સાહિત્યમાં ડોકિયું કરવાની તક તેમના થકી પ્રાપ્ત થઈ. તેમનામાં વિદ્યાર્થીઓમાં જ્ઞાનની જિજ્ઞાસાવૃતિ ઉત્પન્ન કરવાની કલા અપાર હતી. તેઓ વિદ્યાર્થીઓને ઉંડાણભર્યુ વાંચન કરવા મજબુર બનાવી દેતા.

અંગ્રેજી ડિપાર્ટમેન્ટમાં અભ્યાસ કરતા તેજસ્વી વિદ્યાર્થી લક્ષ્મણભાઈ જેઠવા તેઓ ગાંધી વિચારોને વરેલી બુનિયાદી કેળવણી આપતી લોકભારતી સણોસરના સ્નાતક હતા. ગ્રામીણ સંસ્કૃતિ અને બુનિયાદી કેળવણીની સમાનતાને કારણે ગાઢ મિત્રતા બની. તેમને પુસ્તકો વસાવવા અને વાંચવાનો ગજબનો શોખ. જયારે પણ તેમના ઘરે જઈએ યારે તેમનો આખો ઓરડો પુસ્તકોથી ભરાયેલો જોવા મળે. લોકભારતી સાથેનો ગાઢ સંબંધ હોવાના કારણે દરેક પ્રકારના સંદર્ભ સાહિત્ય લોકભારતીના ગ્રંથાલયમાંથી અમને મળી રહેતા. એમ.એ. અંગ્રેજીમાં આવતા દરેક મુળ પુસ્તકો લાવીને વાંચતા. મોટાભાગના વિદ્યાર્થીઓ માત્ર ગાઈડલ, મટીરીયલ કે

વિવેચન વાંચી સંતોષ માની લેતા પરંતુ તેમને તો મુળ પુસ્તકો વાંચ્યા વિના સંતોષ જ ન થાય. તેમને ધીમે ધીમે સાહિત્યની સાથે સાથે તત્વજ્ઞાન, મનોવિજ્ઞાન વિષયનું તલસ્પર્શી જ્ઞાન મેળવવાની ઝંખના થઈ. તેઓને પાયામાંથી ભારતનો ઈતિહાસ અને વિશ્વના ઈતિહાસના પુસ્તકો વાંચવાનો શોખ લોકશાળા મણારના વિદ્વાન શિક્ષક શ્રી પ્રવિણભાઈ મહેતાના કારણે જન્મયો હતો. આગળ જતાં લોકભારતી સણોસરામાં જાણીતા કેળવણીકાર અને ઈતિહાસના વિદ્વાન શ્રી મનુભાઈ પંચોળી પાસેથી વિશ્વ ઈતિહાસનું જ્ઞાન પ્રાપ્ત થયું. લોકભારતી સણોસરાથી જ મનુભાઈ પંચોળીના જાણીતા પુસ્તક "બે વિચારધારાઓ" ને કારણે માર્કસવાદ સવાર થઈ ચૂકયો હતો. ધીમે ધીમે તેમનામાં ભારતના અને વિશ્વ ઈતિહાસને ઉંડાણથી સમજવાની ઝંખના જાગી. તેમણે અનેક પુસ્તકો વાંચ્યા અને વસાવ્યા. તેમની વાંચન પ્રત્યેની ભૂખ અને પુસ્તક પ્રત્યેનો રંગ મને પણ લાગેલો. તેમના થકી મને વાંચવાની લત લાગી. વાંચન કર્યા પછી સાહીત્યની કલાકો સુધી ચર્ચા થતી. તેમની સાથે ચર્ચા કરવાથી પણ જ્ઞાન અને માહિતીમાં વૃધ્ધિ થતી. તેમના હાથમાં નવું પુસ્તક આવે એટલે પૂરૂ ન થાય ત્યાં સુધી ઉભા થવાનું નામ લેતા નહીં. પુસ્તકો અને વાંચન પ્રેમને કારણે આખા અંગ્રેજી ભવનમાં અને યુનિવર્સિટીના હોંશિયાર વિદ્યાર્થી તરીકેની તેમની છાપ ઉપસી. ઉંડાણભર્યા વાંચનને કારણે તેઓ શાળા, કોલેજ અને ભવનના પ્રાધ્યાપકોમાં પણ ખૂબ જ પ્રખ્યાત બનેલા. તેમના જીવનનો મંત્ર હતો 'વાંચન, લેખન અને ચિંતન'. સમયાંતરે તેમના રસના વિષયો બદલાતા ગયા પરંતુ તત્વજ્ઞાન અને ઈતિહાસ તરફના રસમાં કદી ઓટ આવી નહી. સમયાંતરે તેઓ પત્ર પણ લખતા તેમના માટે પત્ર ૧૦–૧૫ પાનાનો. વાંચન અને લેખન કાજે તેઓ રાત–દિવસ એક કરી દેતા પછી તો અમે નિશાચર બની ચુકયા હતા. રાત્રિના ૩

વાગ્યા સુધી વાંચન કરવાનું સામાન્ય બની ચુકયું હતું. રાતે વાંચન લેખન અને ચર્ચામાં કલાકો પસાર થઈ જતા તેનો ખ્યાલ પણ રહેતો નહી. જીવ સાહિત્યનો હોવા છતાં તેમને I.A.S./I.P.S. બનવાનું ઘેલું લાગેલું. તેમની સાથે રહેવાથી મને પણ સ્પર્ધાત્મક પરીક્ષાઓ પાસ કરી સારી નોકરી મેળવવાની ઈચ્છા થઈ. સારી નોકરી મેળવવા અમોએ રાત–દિવસ એક કરી દીધા. ગુજરાતના અનેક ગ્રંથાલયોમાંથી પુસ્તક મેળવ્યા. સામયિકો વાંચ્યા, છાપાઓ વાંચવાની ટેવ પડી. ભારતના બંધારણ અને તેના પર લખાયેલ ચર્ચાઓનો ઉંડાણથી અભ્યાસ કર્યો.

તેમને ભારતના ઈતિહાસ પર ખુબ જ લગાવ હતો. આગળ જતા તત્વજ્ઞાન વિષયને આત્મસાત કર્યો. ભારત અને પશ્ચિમની ફિલોસોફીને ઉપરછલ્લી રીતે જાણવાની અને સમજવાની તક તેમની પાસેથી પ્રાપ્ત થઈ. તે સમયે The Hindu' વર્તમાનપત્ર વાંચી તેમના લેખોનો ઉંડાણથી અભ્યાસ અને ચર્ચા કરતા. આઝાદીના સમયમાં પ્રખ્યાત સામયિકો 'માનવ', 'સંસ્કૃતિ' વગેરેના જુના અંકો લાવી તેનું ઉંડાણથી વાંચન કરવાની તક પણ મળેલી. 'The Frontline' મેગેઝીન આજે પણ વાંચવાની ટેવ ગઈ નથી. કોઈ પણ ઘટના, બાબતને બધા જ દ્રષ્ટિકોણથી જોવાનો, વિચારવાનો, તેની સમીક્ષા કરવાની ટેવ અમારામાં વિકાસ પામી હતી. પુસ્તકો પ્રત્યેની પ્રિતિને કારણે અમે બન્ને અભ્યાસકાળ દરમિયાન દિલ્લીમાં યોજાએલા આંતરરાષ્ટ્રીય પુસ્તક મેળામાં પણ જઈ આવેલા. અનેક પુસ્તકોની ખરીદી પણ કરેલ.

આગળ જતાં તે P.S.I. બની ગુજરાતની સેવામાં જોડાઈ ગયા છતાં પણ વાંચનનો શોખ આજે પણ યથાવત છે. પોલિસ વિભાગમાં નોકરી કરતા કરતા પણ

તેમણે Literature માં Ph.D. કર્યુ. આજે પણ અને બન્ને મળીએ ત્યારે નવા પુસ્તકો અને સાહિત્યની ચર્ચા કરીએ છીએ. વિવિધ વિષયોમાં રુચિ જન્માવનાર ડૉ.લક્ષ્મણ જેઠવાને આજે પણ મારા ગુરૂ માનું છું.

મારા વિકાસની કેડી કંડારનાર પ્રેરણામૂર્તિ : ભાર્ગવભાઈ જાની

એમ.એ. કર્યા પછી એક વર્ષનો સમયગાળાનો ઉપયોગ કરવાનો વિચાર કર્યો. મુશ્કેલીના સમયે મારા પ્રિય મિત્ર અને માર્ગદર્શક ભાર્ગવભાઈ જાનીને મળ્યો. તેઓ શામળદાસ આર્ટસ કોલેજના ગ્રંથપાલ હતા. તેમને ગ્રંથાલયમાં મદદ કરવાનો મોકો મળેલ. પુસ્તકો પત્યે લગાવ પણ હતો. અને શામળદાસના ગ્રંથાલયને સુયોગ્ય રીતે ગોઠવવામાં મને મદદ કરવાની તક મળેલ. આમ પુસ્તક પ્રેમ અને ગ્રંથાલયની આછી જાણકારીને કારણે તેમણે મને એક વર્ષના 'લાઈબ્રેરી સાઈન્સ' ના અભ્યાસક્રમમાં જોડાવાની વિનંતી કરી. પ્રથમ દ્રષ્ટિએ એ વાત મને યોગ્ય ન લાગી. હું વિચારતો હતો કે હું ગ્રંથાલયને મારી કારકિર્દી બનાવવા નથી માંગતો પણ તેમનો તર્ક હતો કે કમ સે કમ મને પુસ્તકો, સામાયિકો, વિશ્વકોષ, શબ્દકોષો અને અન્ય સંદર્ભ સાહિત્ય સાથે મૈત્રી કરવાનો મોકો મળશે. અને એક વર્ષનો સદ્ઉપયોગ થશે. પછી B.Ed માં જોડાઈ જજે. આ વાત મને ગળે ઉતરી હું ગ્રંથાલય વિજ્ઞાનમાં જોડાયો. તેમાં ડૉ. કિરિટભાઈ વ્યાસ, ભાર્ગવભાઈ જાની, સ્વરૂપબેન વિરાણી, શાહ સાહેબ, ઓઝા સાહેબ, મકવાણા સાહેબ પાસે એક વર્ષ અધ્યયન કાર્ય કર્યુ. ત્યાંની સૌથી સારી બાબત હતી થિયરી જ્ઞાન સાથે પ્રેક્ટિકલ કાર્ય. અંગ્રેજી ભાષા પ્રત્યેના લગાવને કારણે ગ્રંથાલય વિજ્ઞાનનો અભ્યાસ મારા માટે રસપદ બની ગયો. આ અભ્યાસક્રમમાં જોડાયો હોવાથી ભાવનગર યુનિવર્સિટીના દરેક વિભાગોમાં વિહરવાની, તેમને જોવા, વાંચવાનો મોકો મળ્યો. નિયમિત મેગેઝીનો વાંચવાનો મોકો મળ્યો. મારા જ્ઞાનમાં ખૂબ જ વૃધ્ધિ થઈ. પુસ્તક, મેગેઝન, છાપાઓ વગેરેના પ્રકાશનો, પ્રકાશકો વગેરેનો ખ્યાલ આવ્યો. ત્યાર પછી ગ્રંથાલય મારા માટે બીજુ ઘર બની ચૂકયું હતું. દરેક પળે ભાર્ગવભાઈનું સુંદર માર્ગદર્શન પ્રાપ્ત થતું રહેતું.

તેમની સાથે ઘરોબો હોવાથી ઘરે બેસી ટી.વી.પર મેચ નિહાળવાનો મોકો પણ મળતો. આજે પણ નિઃસ્વાર્થ ભાવે તેમના તરફથી સતત માર્ગદર્શન મળે છે. ગમે તેવા પુસ્તક, મેગેઝીન, પ્રકાશનોની સચોટ માહિતી પ્રાપ્ત થાય છે. તેમના જેવા ગ્રંથપાલ મારા જીવનમાં કદી જોયા નથી. તેમની સાથે રજાના દિવસે ક્રિકેટ રમવાનો મોકો પણ અચૂક મળતો. તેમની પ્રામાણિકતા, નિષ્ઠા, નિયમિતતા, વિષય નિપુણતા, રાષ્ટ્રપ્રેમ,ખેલદિલી જેવા સદગુણોની મારા પર કાયમી છાપ ઉપસી. તેમની પાસે પુસ્તકો કે સામયિક અને સાહિત્યનું હંમેરા સચોટ માર્ગદર્શન મળી રહે છે.તેમની કાર્ય પ્રત્યેની નિષ્ઠાને હું સલામ કરુ છું. વર્તમાન સમયમાં તેમના જેવા નિષ્ઠાવાન, પ્રાણવાન, સમયપાલનમાં માનનારા, મહેનતુ કર્મચારી મળવા મુશ્કેલ છે. તેઓ મારા માટે માર્ગદર્શક છે અને રહેશે.

મારામાં સાચા શિક્ષકના બીજ રોપનાર પ્રેરણામૂર્તિ પ્રાધ્યાપક :

ડૉ. મનહરભાઈ ઠાકર :

શ્રી ગુલાબરાય હ. સંઘવી શિક્ષણ મહાવિદ્યાલયનું ગુજરાતના શિક્ષણ ક્ષેત્રમાં બહુ મોટું પ્રદાન રહયું છે. આ મહાવિદ્યાલયે શિક્ષણના તાલીમાર્થીઓમાં ખરા અર્થમાં શિક્ષકત્વના બીજ રોપ્યા છે.ત્યાંથી તાલીમ પૂર્ણ કરીને જનાર તાલીમાર્થીઓ ખરા અર્થમાં વિદ્યાના દેવી સરસ્વતીના સાધક બને છે. તેનો માત્ર હું નહીં દરેક તાલીમાર્થીઓ તેના સાક્ષી છે. આ વિદ્યાલયમાં દાખલ થયા ત્યાં સુધી શિક્ષણના વ્યવસાયમાં જવું કે શિક્ષક બનવાનું સ્વપ્ન હતું નહીં પરંતુ બી.એડ. કર્યા પછી શિક્ષક બનવાનો દ્રઢ સંકલ્પ કરી લીધો. કારણ કે હવે રગેરગમાં શિક્ષકત્વ વહી રહયુ હતું.

શિક્ષક બનવાની મહાત્વાકાંક્ષા જગાવનાર હતા તે કોલેજના ઋષિતુલ્ય પ્રોફેસર ડૉ.મનહરભાઈ ઠાકર. તેમણે આ કોલેજમાં દાખલ થયા એટલે પ્રથમ દિવસે જ અમારા સૌના મન મોહી લીધા હતા. સુઘડ, સ્વચ્છ વસ્ત્રો, ઘાટી દાઢી અને મૂચ્છો વચ્ચે ચમકતું સ્મિત સૌને માટે આકર્ષણનું કેન્દ્ર હતું. તેમણે પ્રથમ દિવસે પ્રાર્થનાસભામાં છંદ અને દુહા રજૂ કરી પોતાનો બહુમુખી વ્યકિતત્વનો પરિચય કરાવ્યો હતો. બેલ પડતાની સાથે જ ચોક અને ડસ્ટર લઈને દાખલ થઈ ગણતરીની ક્ષણોમાં તેઓ તાલીમાર્થીઓને વિષયાંગ તરફ દોરી જતા. ભણાવતા જાય અને મરોડદાર અક્ષરોમાં સુઘડ અને આકર્ષક બોર્ડ વર્ક કરતા જાય. રસપ્રદ ઉદાહરણો દેતા જાય. તેમના ઉદાહરણોમાં દેશપ્રેમ, સમયપાલન, નિયમિતતા અને સદગુણો હંમેશા ટપકતા હોય. તેમણે દરેક તાલીમાર્થીઓમાં આત્મવિશ્વાસ જગાવી દરેક વિદ્યાર્થીઓમાં રહેલ સુક્ષુપ્ત શકિતઓને બહાર લાવતા. તેઓએ દરેક

તાલીમાર્થીઓને જુદીજુદી પ્રવૃત્તિમાં જોડયા. તેઓએ તાલીમાર્થીઓનો ઊંડાણથી પરિચય કેળવી લીધો. તેઓના સ્વભાવ, ભણાવવાની પધ્ધતિ, નિયમિતતા, સુંદર કાર્ય, આકર્ષક વ્યકિતત્વ, વિદ્યાર્થીઓને સાચા અર્થમાં પારખવાની ક્ષમતા, વિષય નિપુણતા જેવા ગુણોને કારણે કોલેજમાં દરેકના પ્રિય ગુરુજન બની રહયા. તેમને સાંભળવા દરેકને માટે એક લહાવો હતો. દરેક તાલીમાર્થઓ તેમના તાસની આતુરતાથી રાહ જોતા. તેમણે ભણાવેલ ટોપિકને પછી વાંચવા, લખવાનો પ્રશ્ન જ ઉભો થતો ન હતો. તેમણે ભણાવેલ અને લખાવેલ નોંધ અમારા માટે પુરતુ સાહિત્ય બની રહેતું. તેમણે ભણાવેલ વિષયવસ્તુની જ કસોટી લેતા. કસોટી લીધા બાદ તત્કાલ તેનું પરિણામ પણ આપી દેતા. ટૂંક સમયમાં ઉત્તરવહીઓમાં સુંદર નોંધ સાથે પરત કરતા. તાલીમાર્થીઓ માટે પોતાના પરિણામની કોઈ શંકા રહેતી નહી. તેઓ ગણિત–વિજ્ઞાન વિષયના નિષ્ણાત હોવા છતાં દરેક વિષયના ઊંડા જ્ઞાની છે. તેમના માર્ગદર્શન તળે માઈક્રો પાઠ, છૂટા પાઠ, ઓફ કેમ્પસ, પ્રવાસ પર્યટન, ઈન્ટર્નશીપ જેવા કાર્યક્રમો જીવન ભરની યાદગાર પળો બની રહે છે. તેમની પાસે શિક્ષણના શિખવવાની પધ્ધતિના, વિદ્યાર્થીઓના વર્તનના દરેક પ્રશ્નોના વ્યવહારૂ ઉકેલો હોય છે. જયારે પણ છૂટા પાઠ, સેતુ પાઠ, ઓફ કેમ્પસ કે ઈન્ટર્નશીપમાં ભણાવવાનું હોય ત્યારે હંમેરા પૂર્ણ તૈયારી કરી જવું પડતું. આ સુટેવ હંમેશા મારા વ્યવસાયમાં યાદ રાખી છે. કદી વર્ગખંડમાં તૈયારી વગર પ્રવેશવું નહીં. અધ્યેતાને સૌ પ્રથમ પારખી પછી તેમના લેવલ મુજબ ભણાવવાનો સદગુણ તેમનીઈ પાસેથી શીખવા મળેલ. વિદ્યાર્થીઓને શીખવાની જિણાસા જગાવવાનું કાર્ય પણ તેમની જ દેન છે. તેમણે શિખવેલ ઉત્તમ શિક્ષકના લક્ષણોમાંથી કેટલાક લક્ષણો જીવનમાં ઉતારવાનો પ્રયત્ન કરેલ. તેઓ જે બોલતા તેવા દરેક ગુણો તેમના કાર્યમાં ટપકતા

હોવાથી દરેક તાલીમાર્થીઓ પર ઊંડી અસર પાડતા. ઉત્તમ શિક્ષકના દરેક ગુણો તેઓમાં હોવાથી તેમણે મારા જીવન પર ખુબ અસર ઉપસાવી છે. તેમણે મને બહિર્મુખી બનાવવાનું કાર્ય કર્યુ. એક સારા શિક્ષક બનાવવાનું શ્રેય ડૉ. મનહરભાઈને જાય છે. તેમના જેવા શિક્ષકોથી શિક્ષણ ક્ષેત્ર ઊજળુ છે. તેઓ મારા જ નહિ હજારો શિક્ષકોના પ્રેરણામૂર્તિ છે. તેમની સાથે વિતાવેલ એક વર્ષ જીવનનું યાદગાર પર્વ બની રહયું. તેઓને આજે પણ ભૂલી શકતો નથી. મારા વ્યવસાયમાં જયારે પણ મુશ્કેલીઓ આવે છે ત્યારે તેમને યાદ કરું છું. આજે પણ તેઓ મને માર્ગદર્શન પુરું પાડે છે.

તેઓ હાલ ગુલાબરાય હ. સંઘવી શિક્ષણ મહાવિદ્યાલયના ખરા અર્થમાં આચાર્ય છે. તેમણે શિક્ષણમાં શિક્ષકોનો કાર્યસંતોષ વિષય પર પીએચ.ડી. કર્યુ. આ સંશોધનકાર્યના તારણોને તેમણે પૂર્વ સેવાકાલીન તાલીમ અને સેવાકાલીન તાલીમ અભ્યાસક્રમમાં વણી લીધા. તેમણે શિક્ષણના પ્રશ્નોને વાચા આપતા અને તેના ઉકેલની દિશા દર્શાવતા લેખો લખ્યા. તેમણે અનેક પુસ્તકો પણ લખ્યા. તેમના માર્ગદર્શન તળે ઘણા વિદ્યાર્થીઓએ સંશોધન કાર્ય કરી પીએચ.ડી.ની ઉપાધિ પ્રાપ્ત કરી.

સતત કાર્યશીલ, વિચારશીલ, નિષ્ઠાવાન, પ્રામાણિક, સર્વપ્રતિભાશાળી, સ્પષ્ટ વકતા, સત્ય નિષ્ઠ ડૉ. મનહરભાઈ ઠાકર જેવા પ્રાધ્યાપકોને ઈશ્વરની અજોડ ભેટ ગણું છું. તેમના ચરણોમાંવંદન. તેમણે કારકિર્દીની શરૂઆત સરદારનગર ગુરુકુળમાં માધ્યમિક શિક્ષક તરીકે કરેલ. તેમને શિક્ષણના દરેક સ્તરના શિક્ષણનો ઉંડો અનુભવ હતો. સર્વ અનુભવોને કારણે તેઓ સફળ અને શ્રેષ્ઠ પ્રાધ્યાપક બની શકયા.

મને શ્રેષ્ઠ શિક્ષક બનવાની પ્રેરણા આપનાર અદ્યતન પ્રોફેસર :
ડૉ.ચંદ્રકાંતભાઈ ભોગાયતા :

મહારાજા કૃષ્ણકુમારસિંહજી ભાવનગર યુનિવર્સિટી, ભાવનગરની ઓળખ તેના વિદ્વાન પ્રોફેસરોને આભારી છે. આ યુનિવર્સિટીને દેશ–વિદેશમાં ખ્યાતનામ પ્રોફેસરો, કલાકારો, કવિઓ, લેખકો, શિક્ષકો, રાજનિતિજ્ઞો, પત્રકારો, ખેલાડીઓ, સમાજસેવકો આપ્યા. તેનો સંપૂર્ણ યશ આ યુનિવર્સિટીના શૈક્ષણિક સ્ટાફને જાય છે. દરેક કોલેજો અને ભવનોમાં લગભગ જુની પેઢીએ વિદાય લીધી છે. અને નવી પેઢી બિરાજમાન થઈ છે. જુની પેઢીના પ્રાધ્યાપકોએ સ્થાપેલા મુલ્યો, પધ્ધતિઓને નવી પેઢીએ જાળવી રાખ્યા છે તેનો આનંદ છે.

મને પણ જુની પેઢીના પ્રાધ્યાપકો પાસે ભણવાનો મોકો મળ્યો તેને હું મારું સદ્ભાગ્ય સમજુ છું શામળદાસ આર્ટસ કોલેજના પ્રા.ગંભીરસિંહજી ગોહિલ, પ્રા.અશ્વિનભાઈ ભટ્ટ, માય ડિયર જયુ, પ્રા. ભટ્ટ સાહેબ, શુકલા સાહેબ તેમજ અંગ્રેજી ડિપાર્ટમેન્ટમાં ડૉ.જગદીશભાઈ દવે, બી.એડ. કોલેજમાં ડૉ. રવિન્દ્રભાઈ અંધારિયા, ડૉ.મનહરભાઈ ઠાકર, પ્રો. જશુભાઈ ભટ્ટ તેમજ શિક્ષણશાસ્ત્ર ભવનમાં ડૉ.ચંદ્રકાંતભાઈ ભોગાયતા, ડૉ.નવનીતભાઈરાઠોડ, ડૉ.જીવરાજભાઈ મૈયાણી, ડૉ.જયંતભાઈ વ્યાસ જેવા વિદ્વાન, વિષય નિષ્ણાત, જ્ઞાનના અખૂટ ભંડાર સમાન પ્રોફેસરોના જ્ઞાને મને સારો નાગરિક, સંવેદનશીલ વ્યકિત, જ્ઞાનપિપાસુ, વિચારશીલ, મહેનતુ અને સારો શિક્ષક બનાવ્યો. તેઓના વિષયજ્ઞાન અને વ્યવસાય પ્રત્યેની નિષ્ઠા, ઉંડાણભર્યુ વાંચન અને નાવિન્યપૂર્ણ વિચારોએ મારા જીવન પર ઉંડી અસર પાડી.

સર્વે મહાનુભાવોમાંથી ડૉ.ચંદ્રકાંતભાઈ ભોગાયતાનું જીવન અને કવન વિશિષ્ટ છે. ખાસ મારા જીવન માટે અણમોલ છે.જેમનું માત્ર નિરીક્ષણ કરીને પણ ઘણું બધું શીખી શકાય તેવા નખશીખ શિક્ષકનું સાકાર સ્વરૂપ એટલે ચંદ્રકાન્ત ભોગાયતા.

શિક્ષક–પ્રશિક્ષક તરીકે બે બાબતોથી અકળાઈ જવાનું ડૉ.ચંદ્રકાંત ભોગાયતાને ગમે છે. આ બે બાબતો કઈ ? (૧)પોતાના વિષયના સુલભ શ્રેષ્ઠ સંદર્ભ પુસ્તકો તથા આંતરરાષ્ટ્રીય કક્ષાના સામયિકોનું અધ્યયન કર્યા વગર કોઈ ભણાવે અને (૨)વિદ્યાર્થીઓ એમને કશી ભેટ આપે. અધ્યાપનના અસીમીત સ્વરૂપોનું વિરાટદર્શન કરવું તે શિક્ષકની જીવનભરની યાત્રા અને આરાધના છે તેવી તેઓની દઢ માન્યતા છે. ડૉ.ચંદ્રકાંત ભોગાયતાને મન મનુષ્યના વિકાસની જેમ શિક્ષકના વિકાસની પણ વિવિધ અવસ્થાઓ છે : પ્રારંભિક, મધ્ય અને અંતિમ. આ ત્રણ તબકકાઓ દરમિયાન શિક્ષકની વિચારણાના કેન્દ્રમાં ત્રણ પ્રશ્નો રહેવા જોઈએ : 'અધ્યાપન એટલે શું ? અધ્યાપન શી રીતે ? અધ્યાપન શા માટે ?' આંતરરાષ્ટ્રીય વિદ્વાન ઝુઝોવત્સકીને તેઓ આ વિચારણાના સમર્થક તરીકે સંદર્ભે છે.

ડૉ.ચંદ્રકાંત કાંતિલાલ ભોગાયતા : જામનગર જિલ્લાના જામખંભાળિયા ખાતે તા.૨૬ માર્ચ ૧૯૪૪ના જન્મ અને ભાવનગર યુનિવર્સિટીના શિક્ષણશાસ્ત્ર ભવનના પ્રાધ્યાપક અને અધ્યક્ષપદેથી તા.૧૪ જૂન, ૨૦૦૬ના રોજ સેવા નિવૃત. જામખંભાળિયાથી એસ.એસ.સી. પૂર્ણ કર્યા બાદ ૧૯૬૭ માં દ્વારિકાથી બી.એ. (અર્થશાસ્ત્ર), ૧૯૭૧માં આર.જી.ટી. પોરબંદરથી બી.એડ. (ગુજરાતી–સંસ્કૃત), ૧૯૭૩માં ત્યાંથી જ એમ.એડ., ૧૯૭૬માં ડી.કે.વી. જામનગરથી એમ.એ(ગુજરાતી) અને ૧૯૮૬માં સૌરાષ્ટ્ર યુનિવર્સિટીમાંથી 'ડોકટરેટ' ની

તેઓની શિક્ષણયાત્રા.. ૧૯૬૫થી ૧૯૭૯ દરમિયાન માધ્યમિક શાળા, વેરાડ(જામનગર) ખાતે શિક્ષક, ૧૯૭૯ થી ૧૯૮૦ સી.પી. મહેતા હાઈસ્કૂલ, જામવણથલીમાં આચાર્ય, ૧૯૮૦ થી ૧૯૮૫ માધ્યમિક શિક્ષણ મહાવિદ્યાલય, ભાવનગરમાં વ્યાખ્યાતા અને ૧૯૮૬ થી શિક્ષણશાસ્ત્ર ભવન, ભાવનગર યુનિવર્સિટીની તેઓની શિક્ષક યાત્રા...૩૮ સંશોધન લેખો +૮૦ અભ્યાસ લેખો + ૦૭ પુસ્તકો + ૧૫ પુસ્તકોમાં પ્રકરણો એ તેઓની પ્રકાશનયાત્રા..કુલ સોળ સંશોધકોને ડૉકટરેટ માટેનું માર્ગદર્શન અને અસંખ્ય સંશોધકોને એમ.એડ. લઘુશોધ નિબંધનું માર્ગદર્શન અને કેટલાય જ્ઞાનપિપાસુઓને પલાંઠી મારીને, પાંથીએ પાંથીએ તેલ પૂરીને સંશોધનનું પાયાનું પાથેય એ તેઓની સંશોધનયાત્રા..૧૯૮૩ અને ૧૯૯૩ માં બે વખત શ્રી હરિ ૐ આશ્રમ પ્રેરિત શ્રૈષ્ઠ સંશોધક એવોર્ડ. પ્રાથમિક શાળાના વિદ્યાર્થીઓની સિદ્ધિને ધ્યાનમાં લઈ GCERT , ગાંધીનગરના અનુદાનથી રાજય માટેના GAP-1, GAP-2, GAP-3 પ્રોજેકટની સંકલ્પના તથા પૂર્ણ અમલીકરણ ચંદ્રકાંતભાઈની રાહબરીમાં થયું, જેની રાષ્ટ્રીય સ્તરે નોંધ લેવાઈ અને બીજા રાજયો માટે ઉદાહરણરૂપ બની રહયું. Gujarat Achievement Profile એ Team Research Project નું નવું સ્વરૂપ હતું, જે દેશમાં પછી સ્વીકારાયું. ઊંધુ ઘાલીને વાંચવું, ફિલ્મો જોવી, રેડિયો અને તેમાં પણ B.B.C. હિન્દીનું શ્રવણ કરવું તે ચંદ્રકાંતભાઈનો શોખ.

વિદ્યાર્થીઓને પોતાના આરાધ્ય દેવ માનનાર ડૉ.ચંદ્રકાંત ભોગાયતા ભકતની જેમ વિદ્યાર્થીઓની જિજ્ઞાસાને વાંચી શકે છે. પોતાના સમયનું સંચાલન વિદ્યાર્થીઅની જરૂરીયાત અનુસાર કરવું તે તેઓની વિશિષ્ટતા છે. કોઈપણ ક્ષેત્રે તેઓની પાસે નિઃસંકોચ જઈ શકનાર વિદ્યાર્થી પ્રત્યેની તેઓની પ્રતિબધ્ધતા

ઉદાહરણરૂપ છે. પોતાના વ્યવસાયકાળ દરમિયાન યુનિવર્સિટી તથા અન્ય શૈક્ષણિક કાર્ય સંદર્ભે અનેક સમિતિઓમાં કાર્યરત હોવા છતાં તેઓના અધ્યાપનને તેઓએ આંચ આવવા દીધી નથી. શિક્ષણને વ્યાપક સંદર્ભમાં જોવાની ટેવને લીધે જ્ઞાનની અખિલાઈની રોમાંચકતાને તેઓએ માણી છે. જેથી કોઈ પણ બાબતે આંતરરાષ્ટ્રીય વિચારણા કઈ દિશામાં છે તેને જ તેઓએ માન્ય ગણી છે. કવિ શ્રી ઉમાશંકર જોશીની વિશ્વ માનવ બનવાની શીખને તેમણે જીવનમાં ઉતારી છે. જે તે વિષયના જ્ઞાનની દુનિયામાં છેલ્લામાં છેલ્લી સ્થિતિ શું છે (The State Of Art) તેને જ ઉકેલવા તેઓએ મથામણ કરી છે.

અનેક વિષયો પર પ્રભુત્વ ધરાવતા ચંદ્રકાંતભાઈ શૈક્ષણિક મનોવિજ્ઞાનના અધ્યાપનમાં તો અત્તરની સુવાસની જેમ મઘમઘી ઉઠે છે. 'માણસ શીખે છે કેવી રીતે ?' એવા પ્રશ્નની છણાવટમાં તેઓ વર્તનવાદ, જ્ઞાનવાદ, સંરચનાવાદ કે માનવતાવાદના વિચારોને રજૂ કરતા હોય ત્યારે આપણી ઉંમર ભૂલીને વિદ્યાર્થી બની જવા આપણે વિવશ બની જઈએ છીએ. અધ્યાપનનું એક ઝનુન જાણે તેમના પર સવાર થઈ જાય છે. તેઓ અધ્યાપનનો આનંદ લૂંટી રહયા છે, તેવું તમે નોંધી શકો ત્યારે તમને પ્રતિતિ થાય કે અધ્યાપન ચંદ્રકાંતભાઈ માટે એક ઉત્સવ છે!અધ્યાપનનો તેઓનો આનંદ ઝીણવટભરી પૂર્વ તૈયારીથી શરૂ થાય અને વર્ગખંડમાં વિસ્તરી જાય. ચંન્દ્રકાંતભાઈ એક સરસ વાત કરે : 'વાંચવાની અને ભણવાની મજાય મળે અને માથે જતાં આ મજાનો પગાર પણ મળે ! એટલે તો શિક્ષકનું સુખ એટલે ભણાવવું'. વળી, તેઓ એવું માને છે કે અધ્યાપનનો પ્રાણ 'સ્પષ્ટતા' છે. આપણે જે ભણાવીએ તે વિદ્યાર્થીઓને સ્પષ્ટ રીતે સમજાઈ જવું જોઈએ. આ બાબતની તેઓએ ખૂબ માવજત કરી છે. કોઈ પણ વિદ્યાર્થી કે સંશોધક

ચાહે ગમે તેટલી વાર સ્પષ્ટ થવા માટે ચંન્દ્રકાંતભાઈનું બારણું ખખડાવી શકે અને તૃપ્તિના આનંદ તથા સંતોષ સાથે તે બહાર આવે. અરે, કોઈ પણ ગાઈડ હોય, સંશોધક–અધ્યાપક જો ચંન્દ્રકાંતભાઈને પત્ર લખીને પોતાનું Ph.Dનું શીર્ષક લખે એટલે જવાબમાં તેઓ વરસી પડે. સુઘડ–મોહક અક્ષરોમાં સંશોધકનાં શીર્ષક પરથી લગભગ પૂરેપૂરાં સંશોધનની રૂપરેખા crystalઅને કાર્યપદ્ધતિ કરીને એક અઠવાડિયામાં આઠ–દસ પાનમાં લખી સંશોધકને ટપાલ મળી સમજો ! 'ખુલ્લી કિતાબ' જેવાં સંશોધન–માર્ગદર્શકો (જો કે બહુ થોડા...) પોતાના નિખાલસતાથી કહે પણ ખરા કે : એક વાર ચંદ્રકાન્તભાઈને મળી લો એટલે રસ્તો સ્પીડબ્રેકર વગરનો થઈ જશે. વિષયની પૂર્વ તૈયારીમાં તેઓ કયારેય બાંધછોડ ન કરે. આંતરરાષ્ટ્રીય ખ્યાતિ પ્રાપ્ત જર્નલ્સ અને પુસ્તકોનો આશરો લઈ મુદ્દાસર વ્યાખ્યાન નોંધ તૈયાર કરે. તેને શાસ્ત્રીય ઢબે કોમ્પ્યુટરમાં તૈયાર કરે, શ્રોતાઓની સંખ્યા જેટલી તેની ઝેરોક્ષ કરાવે અને તે પોતાની સાથે લઈને ધીર–ગંભીર છતાં રસપ્રદ વાણીમાં વિષયની પ્રભાવક રજૂઆત કરે. ઉત્તમ સામયિકોનું વાચન અને તેમની પ્રકૃતિ. તેઓની આ સ્ટાઈલને કારણે તેમના સદ્‌ગુણો ચોમેર ફેલાયા અને ડૉ. ચંદ્રકાન્ત ભોગાયતાએ આંતરરાષ્ટ્રીય વિદ્યાપુરુષોની પંગતમાં સ્થાન મેળવ્યું. સંશોધન ક્ષેત્રના ભીષ્મ પિતામહ ડૉ. એમ.બી.બુચસાહેબની નેશનલ ટીમમાં તેઓ સ્થાન પામ્યા.What Research says to Teacherનામની ડૉ. એમ.બી.બુચ દ્વારા તૈયાર થયેલી પુસ્તક શ્રેણીમાં ડૉ. સનરાનવાલા, ડૉ. મલ્હોત્રા, ડૉ. લલીતા વગેરે સાથે જોડાઈને તેમને 'ક્રિએટીવીટી ઍન્ડ રિડિંગ કૉમ્પ્રેહેન્સન' નાં ક્ષેત્રમાં ઉમદા પ્રદાન કર્યુ.

NCTE, NCERTજેવી રાષ્ટ્રીય સંસ્થાઓ સાથે શૈક્ષણિક કાર્યક્રમોમાં જોડાઈને ચંદ્રકાન્તભાઈએ પોતાની અને ગુજરાતની આગવી ઓળખ ઊભી કરી. શિક્ષક–પ્રશિક્ષણની સંસ્થાઓના માપદંડોની બાબતમાં તેમનું પ્રદાન અગત્યનું રહયું છે. ચિંતનાત્મક અધ્યાપન–ઈન્ટરનેટ આધારિત શિક્ષણના તાત્વિક પ્રશ્નો ગુણવત્તા કેન્દ્રી શિક્ષક–પ્રશિક્ષણ–મૂલ્ય શિક્ષણ ક્ષેત્રમાં UGCના અનેક ફળદાયી સેમિનાર તેઓએ યોજયા. ગૌરવની વાત એ છે કે ચિંતનાત્મક અધ્યાપનના ખ્યાલને ભારતભરમાં રમતો મૂકવાનો યશ ડૉ. ચંદ્રકાન્ત ભોગાયતને મળે છે. ગુજરાતના Ph.D. Guidesનું એક સંગઠન પ્રતિવર્ષ મળે છે અને એક એક આયામ પર વિશદ્ છણાવટ કરી અપગ્રેડ થાય છે. આ વિચાર, તેની સંકલ્પના, તેની રૂપરેખા, તેનું આયોજન, તેના માટેનું આંતરરાષ્ટ્રીય સ્તરનું સંદર્ભ સાહિત્ય સઘળું ચંદ્રકાન્તભાઈ દ્વારા પાર પડે છે. તેઓના માર્ગદર્શકો માટેની એક આચારસંહિતા છે. તેઓની રાહબરી સમયે ભાવનગરનું શિક્ષણશાસ્ત્ર ભવન શિરસ્થ રહયું.

તેમના જેવા ગુરુજનોને કારણે શિક્ષણ જગત ઉજ્જવળ છે. તેઓ મારા માટે કાયમી પ્રેરણામૂર્તિ છે અને રહેશે. કારણકે તેમના સ્મરણ માત્રથી હું અપડેટ થઇ જાવ છું. મને આદર્શ ગુરુ મળ્યા તેને મારું સદભાગ્ય સમજુ છું.તેમના ચરણોમાં કોટી કોટી વંદન.

મને સંશોધન કાર્ય કરવા પ્રેરનાર પ્રોફેસર : ડૉ. જીવરાજભાઈ મૈયાણી

ભાવનગર યુનિવર્સિટીમાં એમ.એડ દરમ્યાન સંશોધન કાર્ય કરવાના બીજ રોપાઈ ગયા હતા. એમ.એડ. માં મને સંશોધન કાર્યના માર્ગદર્શક તરીકે ડૉ. ભરતભાઈ જોષીનું માર્ગદર્શન પ્રાપ્ત થયું હતું. તેમણે મને એક અંગ્રેજી લેખ વાંચવા આપેલ. એ લેખને કેન્દ્રમાં રાખી એમ.એડ. માં લઘુશોધ નિબંધ તૈયાર કર્યો. લઘુશોધ નિબંધ તૈયાર કરવા માટે અનેક સંદર્ભ સાહિત્યનો અભ્યાસ કર્યો. બુચના સર્વેના પાંચ ભાગનો ઊંડાણથી અભ્યાસ કરવાનો રસ જાગ્યો. તેમાં દેશ–વિદેશમાં થયેલ સંશોધનોના સારાંશ વાંચવાનો મોકો મળ્યો. આ સિવાય અનેક લઘુશોધ નિબંધો અને મહાશોધ નિબંધોમાં છેલ્લા પ્રકરણમાં દર્શાવેલ 'ભાવી સંશોધનોએ' મારા મનમાં નવા સંશોધન કરવાની પ્રેરણા પ્રાપ્ત થઈ. એમ.એડ. દરમ્યાન સંશોધનનું પધ્ધતિશાસ્ત્ર સંપૂર્ણ આત્મસાત થઈ ચૂકયું હતું. એટલે સંશોધન કાર્યમાં જોડાવાની તીવ્ર ઈચ્છા થઈ. એમ.એડ. કર્યા પછી તરત જ માધ્યમિક શાળામાં નોકરીમાં જોડાઈ ગયો. પરંતુ એમ.એડ. ભવનનું આકર્ષણ હંમેશા માટે રહયું. આજ પણ છે, કારણ કે શિક્ષણના દરેક ક્ષેત્રનો ઉંડાણથી અભ્યાસ કરવાનો રસ જાગ્યો. તેમાં દેશ–વિદેશમાં થયેલ સંશોધનોના સારાંશ વાંચવાનો મોકો મળ્યો. આ સિવાય અનેક લઘુશોધ નિબંધો અને મહાશોધ નિબંધોમાં છેલ્લા પ્રકરણમાં દર્શાવેલ 'ભાવી સંશોધનોએ' મારા મનમાં નવા સંશોધન કરવાની પ્રેરણા પ્રાપ્ત થઈ. એમ.એડ. દરમ્યાન સંશોધનનું પધ્ધતિશાસ્ત્ર સંપૂર્ણ આત્મસાત થઈ ચૂકયું હતું. એટલે સંશોધન કાર્યમાં જોડાવાની તીવ્ર ઈચ્છા થઈ. એમ.એડ. કર્યા પછી તરત જ માધ્યમિક શાળામાં નોકરીમાં જોડાઈ ગયો. પરંતુ એમ.એડ. ભવનનું આકર્ષણ હંમેશા માટે રહયું. આજ પણ છે, કારણ કે શિક્ષણના કોઈપણ પ્રશ્નોના વૈજ્ઞાનિક

અને તાર્કીક ઉકેલો સંશોધનોમાં દર્શાવેલા હતા. શિક્ષણશાસ્ત્રના ગ્રંથાલયમાં જઈ વારંવાર થયેલા સંશોધનો, મેગેજીનો, સારાંશો અને ઈન્ટરનેટ પરના સંશોધન લેખો જોતો રહયો. ભવનના પ્રોફેસરોને રૂબરૂ મળી Ph.D કરવાની ઈચ્છા વ્યકત કરી. સૌ પ્રથમ ડૉ. ભોગાયતા પાસે જઈ ઈચ્છા વ્યકત કરી. પરંતુ તેમની પાસે વેકેન્સી ન હતી. ત્યારબાદ ડૉ. જીવરાજભાઈ મૈયાણી સાહેબને ગાઈડશીપ મળેલ હતી. તેમને મળી સંશોધન માટેની ઈચ્છા વ્યકત કરી. તેમણે મને 'વિષયની પૃચ્છા' કરી. મે તેમને ૧૦ વિષયો રજૂ કર્યા. તેમાંથી મોટાભાગના વિષયોનું પુનરાવર્તન થતું હોવાથી નકાર્યા. ફરીથી મને એક અમેરિકન સંશોધનનો લેખ મળ્યો. તેના સંદર્ભ સાહિત્યમાંથી એક વિષય પ્રાપ્ત થયો. તેનો ઊંડાણથી અભ્યાસ કર્યો. Internetમાંથી સર્ફ કર્યું. ઘણું સાહિત્ય પ્રાપ્ત થયું. ફરીથી ડૉ. મૈયાણી સાહેબને મળવાનું થયું. તેમણે ઊંડાણથી અભ્યાસ કરવા કહયું. સંશોધન પૂર્વે બે વર્ષ સંદર્ભ સાહિત્ય વાંચન કર્યા બાદ તેમને લાગ્યું કે, ખરેખર મને સંશોધનમાં રસ છે. તેમણે મને સંશોધન પ્રસ્તાવનો નમૂનો આપી તે મુજબ સંશોધન પ્રસ્તાવ તૈયાર કરવા કહયું. ફરી વાર શિર્ષક, સંશોધનની ઉત્કલ્પનાઓ, પ્રશ્નો, સંશોધન પધ્ધતિ, માહિતી વિશ્લેષણ વગેરેમાં રહેલ ખામીઓ દૂર કરવા કહયું. આમ, ખરા અર્થમાં સંશોધન કરવામાં આવે તે પહેલા જ સંશોધન કાર્યની આછી રૂપરેખા તૈયાર કરાવી નાખી હતી. ૨૦૦૪ માં મારા સંશોધન માટે રજિસ્ટ્રેશન થયું. તેમણે પ્રશ્નાવલી, પ્રસ્તાવ વગેરે માટે નિષ્ણાંતો પાસે ખરાઈ કરાવવા કહયું. તેમને ફરી 'માધ્યમિક શિક્ષકોની ગુણવત્તા અને વિદ્યાર્થીઓની સિધ્ધિ વચ્ચેનો સહસંબંધ' વિષય પર સંશોધન કાર્ય હાથ ધર્યુ. હું નોકરીમાં હોવાથી મારી અનુકૂળતાએ ગમે ત્યારે માર્ગદર્શન માટે કયારેક ઘરે પણ મળી લેતો. તેમણે મને સંશોધન કાર્યમાં સંપૂર્ણ

સ્વતંત્રતા આપી હતી. તેમણે હંમેશા મારા વિચારોને હકારાત્મક પ્રતિભાવ આપ્યો હતો. પરંતુ ૨૦૦૭ માં તેમણે કાર અકસ્માત થતાં સંપૂર્ણ પથારીવશ રહયા. પથારીમાં હોવા છતાં પણ હંમેશા તેમણે મને માર્ગદર્શન પુરૂં પાડયું. તેમની બહોળી શાખાને કારણે જિલ્લા શિક્ષણાધિકારી કચેરી, માધ્યમિક શિક્ષણ બોર્ડ, ગાંધીનગર INFLIBNETઅમદાવાદ તેમજ સૌરાષ્ટ્ર યુનિવર્સિટી, S.P.યુનિવર્સિટી, વલ્લભવિદ્યાનગર અને ગુજરાત વિદ્યાપીઠમાંથી માહિતી મેળવવી સરળ બની. તેમના સચોટ માર્ગદર્શનને કારણે જુલાઈ–૨૦૦૯ માં સંશોધન કાર્ય પૂર્ણ કરીPh.D થીસીસ જમા કરાવ્યો. તેમના માર્ગદર્શકને કારણે VIVAનો ભય પણ રહયો નહીં. નિષ્ણાંતો, પ્રોફેસરો અને વિદ્યાર્થીઓની હાજરીમાં Ph.Dનો વાઈવા રજૂ કર્યો અને સંતાષકારક રીતે સારાંશ રજૂ કરી શકયો તેનો સંપૂર્ણ યશ ડૉ. જીવરાજભાઈ મૈયાણી સાહેબને થાય છે. તેમના સ્વભાવ અને સરળ કાર્યશૈલીને કારણે વિષય પસંદગીથી શરૂ કરી OPEN VIVA સુધીની યાત્રામાં હંમેશા હકારાત્મક પ્રતિભાવ સાપડયો. તેમણો મને ખરા અર્થમાં ગાઈડ, ફ્રેન્ડ અને ફિલોસોફરની ભૂમિકા ભજવી. તેમનો હું હંમેશા ઋણિ રહીશ કારણ કે તેઓએ મને સંશોધનનો મોકો ન આપ્યો હોત તો હું Ph.D કરી શકયો હોત નહી.

અંગ્રેજી ભાષા અને ગ્રામરના માર્ગદર્શન નિષ્ઠાવાન શિક્ષક : મનોજભાઈ પરમાર

મેં ભાવનગરની શામળદાસ આર્ટસ કોલેજમાં અંગ્રેજી વિષય સાથે બી.એ. પૂર્ણ કર્યુ. તે સમયે અંગ્રેજી વિષય રાખનારા વિદ્યાર્થીઓની સંખ્યા માત્ર ૨૦ હતી. બધા જ વિદ્યાર્થીઓ નિયમિત કોલેજે આવતા અને બધા મિત્રો સાથે હળી મળી સાહિત્ય શેર કરતા. બધા જ મિત્રોનો વ્યકિતગત પરિચય પણ હતો સાથે સાથે N.C.C./N.S.S., યુથ ફેસ્ટીવલ, G.S.ની ચૂંટણીઓ, વ્યાખ્યાનો, પીકનિક જેવા અનેક કાર્યક્રમોને કારણે દરેક વિદ્યાર્થીઓ એક બીજાને નજીકથી ઓળખતા. પરંતુ મારા પછીના વર્ષે પ્રવેશ મેળવનાર મિત્રોનો ગાઢ પરિચય ન હતો. મારા પછીના વર્ષ તરૂણભાઈ વ્યાસ, મનોજભાઈ પરમાર અને અન્ય મિત્રોએ શામળદાસ આર્ટસ કોલેજમાં અંગ્રેજી વિષયમાં પ્રવેશ મેળવેલ. તરૂણભાઈને N.C.C. Air Wingમાં મળવાનું થતું પરંતુ મનોજભાઈ સાથે ખાસ કોઈ સંબંધ હતો નહીં પરંતુ ૧૯૯૮માં ભાવનગરની શ્રી ગુલાબરાય સંઘવી શિક્ષણ મહાવિદ્યાલયમાં અંગ્રેજી/સંસ્કૃત વિષયમાં પ્રવેશ મેળવનાર અમો ૧૩ વિદ્યાર્થીઓ હતા. સમાન વિષય હોવાને નાતે પ્રોજેકટ વર્ક, સેતુપાઠ, પાઠ, ગૃહકાર્ય, ગ્રંથાલય કાર્ય સાથે કરવાના થતા. આ બધા કાર્યોમાં શ્રેષ્ઠ કાર્ય કરનાર શ્રી મનોજભાઈ પરમાર, વલ્લભીપુરથી અપડાઉન કરીને આવનાર મનોજભાઈ કોલેજે હંમેશા નિયમિત હોય. તેઓના અક્ષરો એટલા મરોડદારઅને આકર્ષક હોવાના નાતે તેઓ કોલેજના પ્રોફેસરોના પ્રિય બની ગયા. માત્ર અક્ષરો જ નહીં પરંતુ નિખાલસ અને અસરકારક વ્યકિતત્વને કારણે મારા પણ પ્રિય મિત્ર બની રહયા.સમાન વિચારધારા, સમાન કાર્યશૈલી, વિષય અને પ્રશ્નને જીણવટથી તપાસી તેનો ઉકેલ મેળવવાની તાલાવેલી,

નિયમિતતા, સમયપાલન જેવા સમાન સદગુણોને કારણે મૈત્રી ગાઢ મૈત્રીમાં પરિણમી. બી.એડ. દરમ્યાન સાથે મળી પ્રોજેકટસ સુંદર રીતે તૈયાર કર્યા.એક બેંચ પર બેસી અધ્યયન કર્યુ. તેઓને અંગ્રેજી વિષયના ગ્રામર પર ભારે લગાવ. તેઓને ગ્રામર ભણવું, ભણાવવું ખુબ જ ગમતું. અંગ્રેજી વિષયના ગ્રામરની નાનામાં નાની બાબતોથી તેઓ પરિચિત હતા. તેઓના લખાણમાંથી અંગ્રેજી ગ્રામરની એક પણ ભૂલ કાઢી શકો નહી. બી.એડ. કરતા દરેક મિત્રો પોતાના પાઠનું આયોજન મનોજભાઈ પાસે ચેક કરાવવા આવે. તેઓ કોઈ પણ જાતના અભિમાન વગર નિખાલસપણે તેને ચેક કરી આપતા, સુધારો કરી આપતા. તેઓ અંગ્રેજી વ્યાકરણના દરેક અપવાદોથી પરિચિત હતા. તેઓ પાસે અંગ્રેજીના દરેક પ્રકાશનોના ગ્રામર હતા. કોઈ પણ શંકા જાય તો તરત જ ગ્રામર રીફર કરી તેનો ઉકેલ મેળવતા. કોઈપણ પ્રકારના ગ્રામરના ઉકેલ માટે કદી તેઓ આળસ કરતા નહીં. ગ્રામરના કોઈપણ પ્રશ્નનો સંતોષકારક ઉકેલ મેળવીને ન જંપતા. તેઓના અંગ્રેજી ગ્રામર પ્રત્યેના લગાવને કારણે મારી પણ વ્યાકરણ પ્રત્યેની રુચિ વધી. આજે પણ મને અંગ્રેજી વ્યાકરણમાં કોઈ મુશ્કેલી ઉભી થાય તો મનોજભાઈને ફોન કરી તેનો ઉકેલ મેળવી લઉ છું. તેઓના અંગ્રેજી ગ્રામર પર પ્રભુત્વને કારણ અંગ્રેજી મેથડમાં બી.એડ. કરતા દરેક વિદ્યાર્થીઓના પ્રિય બની રહયા. અંગ્રેજી ગ્રામરની સાથે તેઓના અક્ષરો એટલા મરોડદાર હતા કે દરેક તાલીમાર્થીઓ મનોજભાઈ પાસે પ્રોજેકટ કાર્યના શિર્ષકો લખાવવા આવે. કમ્પ્યુટરમાં જેટલા અંગ્રેજી કે ગુજરાતી ફોન્ટ છે. તેમાંના કોઈપણ ફોન્ટમાં તેઓ લખી શકે છે. તમે કહો તેવા ફોન્ટમાં લખી આપવાની ક્ષમતા ધરાવે છે. આપણે આપેલ લખાણકાર્ય આપણી અપેક્ષા કરતા વધારે સારી રીતે તૈયાર કરી આપતા. પોતાની બુધ્ધિક્ષમતાનો સદઉપયોગ કરી

લખાણને વધારે મરોડદાર, આકર્ષક અને નાવીન્ય પૂર્ણ રીતે તૈયાર કરી આપતા. તેઓનું કર્સીવ રાઈટીંગ આજે પણ એટલું જ મરોડદાર છે. બી.એડ.ના દરેક તાલીમાર્થીઓ તેમની પાસે નામ, શીર્ષક લખાવવા માટે ઉભા જ હોય. તેમના સુંદર અક્ષરોને કારણે કોલેજના દરેક પ્રાધ્યાપકોના પ્રિય બની ગયા. તેમના અક્ષરોની અમને સૌને ઈર્ષા થતી ત્યારે મને ખરેખર સમજાયેલ કે સુંદર અક્ષરોની કેટલી કિંમત છે. તેઓ જયારે પણ ભણાવતા હોય ત્યારે તેમનું લખાણ જોવા દરેક તાલીમાર્થીઓ તેમના વર્ગમાં બેસતા અને પ્રાધ્યાપકો પણ તેમના પાઠની ફાઈલમાં સુંદર નોંધ મૂકીને જતા. 'અક્ષરો અતિ સુંદર' તેમની સાથે છૂટા પાઠ, સેતુ પાઠ, ઓફ કેમ્પસ, ઈન્ર્ટનશીપ અને વાર્ષિક પાઠ દરમ્યાન કામ કરવાનો મોકો મળ્યો. દરેક તબકકે તેમનું માર્ગદર્શન મળી રહેતું. કેટલીક બાબતો અમારા પ્રાધ્યાપક શ્રી જશવંતભાઈ ભટ્ટને પૂછી નહોતા શકતા તે વાત સરળતાથી મનોજભાઈને પૂછી લેતો. તેઓ જયારે પણ ભણાવતા ત્યારે વિદ્યાર્થીઓમાં ખોવાઈ જતા. વિદ્યાર્થીઓને રસપ્રદ રીતે ભણાવતા. તેમનો તાસ પૂરો થાય એટલે તેમના વર્ગમાં તાળીઓ પડતી. ૪૦ મિનિટના તાસમાં તેઓ વિદ્યાર્થીઓના માનસમાં છવાઈ જતા. સુંદર રીતે જણાવવાનું તેમની પાસેથી શીખ્યો. તેઓ ભણાવતી વખતે સુંદર બોર્ડ વર્ક કરતા હોવાને નાતે તેઓ અમારા સૌથી અલગ પડતા. તેઓના સુંદર અક્ષરો, વિષય પર પ્રભુત્વ, આત્મવિશ્વાસ, શિસ્તના આગ્રહી હોવાના નાતે તેમના તાસ હંમેશા આકર્ષણનું કેન્દ્ર રહેતા. પોતે વિષયમાં નિપુણ હોવા છતાં તેઓને નોકરી મેળવવામાં ખુબ સંઘર્ષ કરવો પડેલ. તેમની પાસે વિષયનું જ્ઞાન હતું. ભણાવવાની સુંદર શૈલી અને મહેનતની ધગશ હોવા છતાં કહેવાતા વ્યવહાર કરવાના પૈસા ન હોવાથી કાયમી નોકરી મેળવવામાં સંઘર્ષ કરવો પડયો. ખાનગી શાળાઓમાં નિષ્ઠાપૂર્વક કાર્ય

કરતા રહયા. આર્થિક મુશ્કેલી હોવા છતાં કદી તેમણે સિધ્ધાંતો સાથે બાંધછોડ કરી નહીં. અમારા બન્નેના પરમ મિત્ર તરણભાઈ વ્યાસ અને મને હંમેશા તેમની ચિંતા થતી. આખરે તરૂણભાઈ વ્યાસે પોતે જે શાળામાં નોકરી કરતા હતા તે શાળા શ્રી વાળુકડ માધ્યમિક શાળામાં અંગ્રેજી વિષયના શિક્ષક તરીકે જોડયા. તે શાળાના સ્ટાફ સાથે રહીને પણ તેમણે તેમની કાર્યશૈલી, સમયપાલન, નિષ્ઠા, મહેનત, શિસ્ત જેવા સદગુણો ટકાવી રાખ્યા છે. જયારે જયારે મળવાનું થાય ત્યારે હંમેશા અંગ્રેજી વિષય ભણાવવાના ઉપાયો અને પ્રયુકિતઓની ચર્ચા કરી છૂટા પડીએ છીએ. મેં ભાવનગર જિલ્લાની માધ્યમિક શાળાઓના અંગ્રેજી વિષયના શિક્ષકો પર સંશોધન કાર્ય કરી પી.એચ.ડી.ની પદવી મેળવી છે. સંશોધન કાર્ય દરમ્યાન ૩૫૦ અંગ્રેજી શિક્ષકોની કસોટી લીધેલ. તેમાં ભાવનગર જિલ્લાના ૩૫૦ અંગ્રેજી શિક્ષકોમાં સૌથી વધારે ગુણ મનોજભાઈ પરમારે મેળવેલ. મારા પ્રિય મિત્ર મનોજભાઈની વિષય નિપુણતાનો મને આજે પણ આનંદ અને ગર્વ છે. ત્યાર બાદ નોકરી દરમ્યાન સાથે રહી અનેક તાલીમો લીધી. સાથે રહી હંમેશા નવું નવું શીખવા–શીખવવાના કિમીયાઓ વિચારીએ છીએ. મનોજભાઈ જેવા શિક્ષકોને કારણે શિક્ષણ જગત ઉજળુ છે.

મિત્ર અને માર્ગદર્શક તરુણ વ્યાસ

જીવનમાં ગમતા વિચારવાળા મિત્ર મળી જાય તો જીવન આહ્‌લાદ્દક કઅને આનંદમય લાગે છે. કેટલાક મિત્રો જ એવા હોય છે કે તેની હાજરી માત્ર પ્રસન્નતા લાવવા માટે પૂરતી હોય છે. આવા નિજાનંદી મિત્ર તરૂણભાઈ વ્યાસનો જન્મ પાલીતાણા તાલુકાના સુરનગર ગામમાં થયો હતો. પ્રાથમિક શિક્ષણ પોતાના ગામમાં મેળવ્યું. પિતાજી શિક્ષક હોવાના કારણે તેમણે ઉત્તમ પ્રાથમિક શિક્ષણ અને સંસ્કાર પ્રાપ્ત કર્યા હતા. પિતા નોકરીની સાથે સાથે ગોરપદુ પણ કરતા એટલે તેમની માફક તરૂણભાઈમાં પણ મળતાવડાપણાનો સ્વભાવ બાળપણથી જ વિકાસ પામ્યો હતો. શાળામાં અને શાળાની બહાર પણ ઝાઝો સમય મિત્રોની સાથે વિતાવતા હતા. પ્રાથમિક શિક્ષણ પૂર્ણ કરી ઉચ્ચ અભ્યાસાર્થે ભાવનગર હોસ્ટેલમાં દાખલ થયા. સાથે રહેતા દરેક મિત્રો ગાઢ મૈત્રી કેળવી લીધી. ઝડપથી મિત્રતા કેળવી લેવાનો ગુણ તેમનામાં અદભૂત છે. જેમની મિત્રતા કેળવે તેમને કાયમ માટે નિભાવે પણ છે. મિત્રો માટે શારિરીક, માનસિક અને આર્થિક ઘસાય છે. મિત્રો માટે કદી સમય કે ધનની ગણત્રી કરતા નથી.

તેમણે શામળદાસમાં પ્રવેશ મેળવ્યો. શામળદાસ કોલેજમાં અંગ્રેજી વિષય સાથે સ્નાતક થયા. કોલેજકાળ દરમ્યાન હું પણ શામળદાસ કોલેજમાં તેમનાથી એક વર્ષ આગળ અભ્યાસ કરતો હતો. હું N.C.C-Air Wing માં હતો. તેઓ પણ કોલેજકાળમાં N.C.C-Air Wing જોડાયા. N.C.C ની પરેડમાં પ્રથમ વખત મળવાનું થયું. આગળ જતાં વિષય અને રસમાં સામ્યતા હોવાથી ગાઢ મૈત્રી સંભવી. અમે બન્નેએ 1997-1998 માં ગુજરાતની પ્રખ્યાત શ્રી ગુલાબરાય સંઘવી શિક્ષણ

મહાવિદ્યાલયમાં પ્રવેશ લીધો. બન્નેને સમાન મેથડ હોવાથી મિત્રતા વધારે ગાઢ બની. બી.એડ ના વર્ષ દરમ્યાન સાથે રહી યુથ ફેસ્ટીવલ, રમત–ગમત, પર્યટન, ઓફ કેમ્પસ, સઘન શિક્ષણ અને વાર્ષિકોત્સવ જેવા કાર્યક્રમોમાં પણ ભાગ લીધો. આનંદ ઉલ્લાસથી વર્ષ પસાર થઈ ગયું, પરંતુ વર્ષ દરમ્યાનના એક મેકના અનુભવો, જીવનભરનું સંભારણું બની ગયા. એકબીજાની ખામીઓ અને ખુબીઓ જાણ્યા પછીની મૈત્રી કાયમી બની રહે છે. નોકરીની તલાશમાં પણ બધા મિત્રોની મૈત્રી ટકી રહી. તરૂણભાઈ નસીબદાર હતા કે તેમને તળાજા નજીકના બેલા ગામે ઉત્તર બુનિયાદી લોકશાળામાં અંગ્રેજી વિષય શિક્ષક તરીકે જોડાયા. એક વર્ષ છાત્રાલયમાં રહી આત્મીયતા અને નિષ્ઠાપૂર્વક નોકરી કરી. સૌના દિલ જીતી લીધા. પરંતુ તેમને ભાવનગરની ભાગોળે આવેલ વાળુકડ માધ્યમિક શાળામાં જોડાવાનું આમંત્રણ મળ્યું. તેઓ સહર્ષ શ્રી વાળંકડ માધ્યમિક શાળામાં જોડાયા ત્યારથી શાળામાં નવો પ્રાણ ફૂંકાયો. શાળા પોતાના અતિતને પાછળ છોડી પ્રગતિ કરતી ગઈ. આજે મોટું વટવૃક્ષ બની છે. તેનો યશ શાળાના હિંમતવાન અને સાહસિક આચાર્યશ્રી મહિપાલસિંહ ગોહિલની સાથે સાથે કર્મનિષ્ઠ મારા મિત્ર તરૂણભાઈને આપું છું તેમણે અમારા સહાધ્યાયી મિત્રો રમેશભાઈ વાઘેલા, મનોજભાઈ પરમાર, શિવાભાઈ ડાભી, રઘુભાઈ સરવૈયા અને મને નોકરીમાં જોડાવામાં નિષ્ઠાપૂર્વક, નિઃસ્વાર્થ ભાવે મદદ કરી. અમે સૌ મિત્રો તેમના ઋણી રહેશું. પોતાની શાળામાં પાયાના કાર્યકર તરીકે આજે પણ સેવા કરે છે. તેમણે શાળાના હિત માટે કદી સમય કે પૈસાની ગણત્રી કરી નથી. બીજાને ઉપયોગી થવાની ભાવનાને કારણે તેમના પર કાર્યનો ખુબ જ બોજ રહે છે. પરંતુ દરેક મિત્રોના કાર્યો સમયસર પાર પાડવા વિનમ્ર પ્રયાસ કરે છે. શાળામાં નવા નવા પ્રયોગો વડે શાળાના શૈક્ષણિક અને વહીવટી

કામગીરી ધબકતી રાખે છે. શૈક્ષણિક કાર્યોની સાથે સાથે વહીવટી કાર્યો કરવા–કરાવવાની કુનેહને કારણે શાળાના અને મિત્રોના મુશ્કેલ કાર્યોમાં તેમનો સાથ પ્રાપ્ત થતો. શાળામાં સ્ટાફ, વાલીગણ અને વિદ્યાર્થીઓમાં કડક સ્વભાવને કારણે ઘણીવાર સહન કરવું પડે છે પરંતુ તેમણે હંમેશા શાળાના હિતને કેન્દ્ર સ્થાને રાખ્યું છે. પોતાના સ્વાર્થ માટે નહીં પરંતુ શાળા અને વિદ્યાર્થીઓના હિતાર્થે કઠોર નિર્ણયો લેતા પણ અચકાતા નથી. નોકરી દરમ્યાન અનેક સારા–નરસા અનુભવો થવા છતાં કદી સિધ્ધાંતોમાં બાંધછોડ કરી નથી.

દરેક મિત્રોના સારા–નરસા પ્રસંગોએ હંમેશા તેની હાજરી હોય છે. તેમનું દરેક પળે માર્ગદર્શન અને મદદ સાંપડે છે. તેમના જેવા નિષ્ઠાવાન, પ્રામાણિક, અધ્યેતાકેન્દ્રી, રાષ્ટ્રપ્રેમી, સંવેદનશીલ, મહેનતુ, સિધ્ધાંતવાદી, સત્યભાષી, પરોપકારી શિક્ષકોને કારણે શિક્ષણ જગત ઉજળું છે. તેમના જેવા મિત્રો મળવા દુષ્કર છે. તેમના સદ્ગુણો હંમેશા પ્રેરણા પૂરી પાડે છે. તેમના જેવા મિત્રોને કહેવાનું મન થાય છે કે,

"A Friend need is, Friend indeed".

શાળાના પાયાના પથ્થર :શ્રી છગનભાઈ જાંબુચા :

શિક્ષણક્ષેત્રમાં શૂન્યમાંથી સર્જન કરવાનું કાર્ય કઠીન હોય છે. જેમના ઘરમાં કોઈ શિક્ષિત ન હોય એવા ઘરમાં જન્મ થયો, ઉછેર સામાન્ય વાતાવરણમાં થયો, સરકારી પ્રાથમિક શાળામાં શિક્ષણ મેવળી, ઉચ્ચ શિક્ષણ સુધીની કેળવણી પ્રાપ્ત કરી. અહીં સુધી પહોંચવામાં પોતાનું મનોબળ, આત્મવિશ્વાસ, સખત મહેનત,

સાચી દિશાની ગતિ, માતા–પિતાની પ્રેરણા તેમજ સામાન્ય પ્રવાહથી કંઈક જુદુ કરવાની ઝંખનાને કારણે છગનભાઈ ઉચ્ચ શિક્ષણ મેળવી શકયા. પિતા વ્યવસાયે કડિયા કામ અને મોટાભાઈ હિરાનો ધંધો કરતા હોવાથી તેમને પણ હિરાના ધંધામાં ગોઠવવાના પ્રયાસો કર્યા પણ મનોબળને કારણે પોતાનું લક્ષ્ય છોડયું નહી. ઘરમાં ઘણી પ્રતિકુળ પરિસ્થિતિઓનો સામનો કરીને પણ પોતાના લક્ષ્ય માટે અડગ રહયા.

અભ્યાસ પણ કરતા જાય અને ઘરે ઘરનું કામ, ભેંશો ચરાવવા જવાનું ભાગે આવે તો તે પણ કરે, હિરા ઘસવા જવાનું પણ થયું. પિતાની સાથે પણ કયારેક કામમાં જોતરાવું પડતું પરંતું તેમણે અભ્યાસ છોડયો નહી. કોલેજમાં પ્રવેશ લઈ નિયમિત કોલેજ જવાને બદલે નિયમિત ઘરમાં/હિરાના કારખાનામાં જોતરાઈ જવું પડતું. ઘરમાં અભ્યાસનું વાતાવરણ ન હોવાં છતાં શિક્ષણની જયોત જલતી રાખી.

પ્રાથમિક શાળામાં દાખલ થયા ત્યારથી રમત ગમત પ્રત્યે ખુબ જ રૂચિ હતી તેમને બધી જ રમતો પ્રત્યે લગાવ હતો. જેને કારણે અનેક રમતોમાં પારંગતતા મેળવી લીધી. તેઓ બાળપણથી ક્રિકેટ, જુડો, સ્વીમીંગ, કુસ્તી વગેરેમાં ભાગ લઈ કોલેજનું નામ રોશન કરેલ. જુડો અને સ્વીમીંગમાં અનેક વખત સ્ટેટ અને નેશનલ લેવલની સ્પર્ધામાં ભાગ લઈ પદકો જીત્યા. પોતાની શિખવાની જિજ્ઞાસાવૃત્તિને કારણે કોલેજકાળ દરમ્યાન જુડો, ક્રિકેટ અને સ્વીમીંગમાં કોલેજને ચેમ્પીયન બનાવી. પોતાનો સવાર–સાંજનો સમય માત્ર રમતના મેદાનમાં વિતતો હતો. હવે રમત તેમના જીવનનો અભિન્ન હિસ્સો બની ચૂકયો હતો. કસાયેલા શરીરે તેમણે રમતના દરેક ક્ષેત્રોમાં પોતાનું સ્થાન જમાવ્યું. રમત દ્વારા તેમનામાં કઠોર પરિશ્રમ, સાતત્યપણું, ખેલદીલી, સહકાર, ધ્યાન જેવા સદ્દગુણો તેમના જીવનના મૂલ્યો બની

ચૂકયા હતા. કોલેજકાળ દરમ્યાન અનેક ક્રિકેટ ટુર્નામેન્ટસ, સ્વીમીંગની સ્પર્ધાઓ અને જુડામાં ભાગ લઈ ભાવનગર શહેરનું નામ રોશન કર્યુ.

સમાજશાસ્ત્ર સાથે અનુસ્નાતક થયા પછી રમતને કારકિર્દીમાં પરીવર્તીત કરવાના હેતુસર બી.પી.એડ.ની ઉપાધિ પ્રાપ્ત કરી. પોતાના રસના વિષયને કારકિર્દી બનાવવા માટે નોકરીની તલાશ શરૂ કરી. નોકરી ન મળે તો હિરાના વ્યવસાયમાં જોડાવાનું દબાણ પણ હતું. પોતાની પાસે જુદી જુદી રમતના રાજય અને નેશનલ લેવલની સ્પર્ધાના અનેક સર્ટીફિકેટસ હતા અને રમતોમાં પારંગતતા પણ હતી પરંતુ વર્ષ ૨૦૧૦ સુધી ભરતીની સત્તા શાળા અને બોર્ડ મેમ્બર્સ પાસે હતી એટલે અરજી કરી ઈન્ટરવ્યુમાં હાજર રહેવા છતાં નોકરી મળી નહી. ઈન્ટરવ્યું ગોઠવાય તે પહેલાં જ ઉમેદવારની પસંદગી થઈ ચૂકી હોય પછી ઈન્ટરવ્યુ માત્ર ફોર્માલીટી રહેતી. ભગીરથ પ્રયાસો કરવા છતાં વિષયજ્ઞાન, સર્ટિફીકેટસ અને આવડતને બદલે કહેવાતા વ્યવહારને પ્રાધાન્ય મળતું. લાયક માણસને લાયક કામ ન મળે, પ્રોત્સાહન ન મળે, તક ન મળે ત્યારે નિરાશ થાય એ સ્વાભાવિક છે.

નોકરીની તલાશમાં જિલ્લા શિક્ષણાધિકારી કચેરીમાં નોકરી કરતા આદરણીય રાણાભાઈ બાલધિયા સાથે મુલાકાત થઈ. તેમણે શ્રી છગનભાઈની નોકરી મેળવવાની જરૂરીયાત જાણી. નોકરી મેળવવા એક–બે સંસ્થામાં પ્રયત્નો કર્યા પરંતુ નિષ્ફળ ગયા. છગનભાઈની આવડત અને ઈચ્છાશકિતને પારખી હાદાનગરમાં મંજુર થયેલ પ્રાથમિક શાળા શરૂ કરવાની ઓફર કરી. છગનભાઈએ એ વાત સહર્ષ સ્વીકારી લીધી. તેમણે. શ્રી આનંદભાઈ ડાભી, મેઘજીભાઈ જાંબુચા, શ્રી અરજણભાઈ ડાભી, શ્રી કરમશીભાઈ ધોરિયાનો સહકાર મેળવી નવા ટ્રસ્ટની રચના કરી અને તેનું રજીસ્ટ્રેશન કરાવ્યું. ઝવેરભાઈની વાડીના છેડે, રોડના કિનારે

આવેલ ઓરડીમાં પ્રાથમિક શાળા શરૂ કરવાનું સંપૂર્ણ શ્રેય શ્રી છગનભાઈ જાંબુચાને જાય છે. તેઓ શાળાની સ્થાપનાના પાયાના પથ્થર બન્યા. તેમની સાથે યુનુસભાઈ મન્સુરી જોડાયા. ધીમેધીમે સ્ટાફ જોડાતો ગયો અને ટ્રસ્ટીઓના સહયોગ મેળવી શાળાના નવા મકાનની શરૂઆત કરી. રાત–દિવસ મહેનત કરી શાળાનું સુંદર–પૂર્વાભિમુખ મકાન તૈયાર થયું. પ્રાથમિક શાળા સુંદર રીતે ચાલવા લાગી. આ વિસ્તારના બાળકો માટે આર્શિવાદરૂપ બની. નજીકમાં સરકારી શાળાઓ હોવા છતાં ગુણવત્તાયુકત શિક્ષણને કારણે બાલમંદિરથી ધોરણ–૭ સુધી બાળકો શાળામાં આવવા લાગ્યા. એ દરમ્યાન રાજેશભાઈ મકવાણા પણ શાળામાં જોડાયા. આ શિક્ષણના યજ્ઞમાં સૌનો સાથ–સહકાર મેળવી શાળા સુંદર રીતે ચાલવા લાગી. શાળા સામાજિક, શૈક્ષણિકની સાથે સાથે રાજકિય રીતે કેન્દ્રબિંદુ બની ચૂકી હતી. આ વિસ્તારના તત્કાલીન ધારાસભ્યશ્રી સુનિલભાઈ ઓઝા, સાંસદ સભ્યશ્રી રાજેન્દ્રસિંહ રાણાની અમિદ્રષ્ટિથી પ્રાથમિક શાળાની સાથે ગ્રાન્ટેડ માધ્યમિક શાળા પ્રાપ્ત થઈ. આનંદભાઈ ડાભીની સામાજિક અને રાજકીય વગને કારણે શ્રી વિદ્યાવિહાર માધ્યમિક શાળા પ્રાપ્ત થઈ જે શ્રી છગનભાઈના જીવનનો ટર્નીગ પોઈન્ટ બની ગયા. શ્રી સુનિલભાઈના પ્રયત્નોને કારણે તત્કાલીન શિક્ષણમંત્રી શ્રીમતી આનંદીબેન પટેલના હસ્તે ગ્રાન્ટેડ માધ્યમિક શાળાનું દિપ પ્રાગટય કરી ઉદ્ઘાટન થયું. જે આ શાળાની કાયમી યાદગાર પળ બની રહી. આ વિસ્તારના વિદ્યાર્થીઓની જરૂરિયાતને પહોંચી વળવા વર્ગ વધારા પણ કર્યા. ગ્રાન્ટેડ શાળા હોવાને કારણે શાળામાં વિદ્યાર્થીઓનો ધસારો વધતો ગયો. શાળાની શૈક્ષણિક, વહીવટી અને નાણાકીય જવાબદારીઓ શ્રી છગનભાઈના શિરે હતી. તેમણે રાત–દિવસ અથાગ મહેનત કરી, નાણાકીય ગોઠવણ કરી શાળામાં પ્રથમ માળ લેવાની ગોઠવણ કરી.

સાથે સાથે સરકારશ્રીના નિયમો મુજબ શાળામાં સુંદર, સમયસર કાર્ય થાય તેવા પ્રયાસો પણ તેઓ કરતા રહયા. શાળાના કર્મચારીઓની ભરતીમાં વ્યકિતગત રસ લઈ શિક્ષણને સમર્પીત, લાયક શિક્ષકોની ભરતી કરી. અનેક પ્રકારના દબાણોને વશ થયા વગર પોતાના સિધ્ધાંતોમાં અડગ રહયા. જેને કારણે શાળાને શ્રેષ્ઠ શિક્ષકો પ્રાપ્ત થયા. તેમને શૈક્ષણિકની સાથે સાથે આર્થિક જવાબદારીઓ પણ વહન કરવી પડતી. રાત–દિવસ શાળાની નાણાકીય પરિસ્થિતિને પહોંચી વળવા તેમજ શાળાનો ભૌતિક વિકાસ પણ થાય તેવા સતત પ્રયત્નો કરતા રહયા. તેમના સુંદર માર્ગદર્શન અને સહકાર ભર્યા વલણને કારણે શિક્ષકો શાળામાં શ્રેષ્ઠ કાર્ય કરે છે. જેના પ્રતાપે વર્ષ ૨૦૦૮ માં શ્રી વિદ્યાવિહાર માધ્યમિક શાળા શહેરની શ્રેષ્ઠ માધ્યમિક શાળા જાહેર થઈ. સૌ શિક્ષકો સાથે બેસી, ચર્ચા કરી, ત્રુટીઓ દૂર કરવા પ્રયાસ કરે છે. તેમના તરફથી મળતા આર્થિક સહયોગ અને હકારાત્મક અભિગમને કારણે શિક્ષકો પોતાની આવડત મુજબ સુંદર કાર્ય કરે છે. જેને કારણે શાળાનું સુંદર પરિણામ આવે છે. શાળામાં અનેક સહઅભ્યાસક પ્રવૃતિઓ થાય છે. અનેક રમતોમાં ભાગ લે છે તેનો યશ પણ છગનભાઈને જાય છે.

વર્ષ દરમ્યાન ઉત્તમ કાર્ય કરનાર શિક્ષકોને બિરદાવવા, વિદ્યાર્થીઓ અને સ્ટાફના જન્મ દિવસ ઉજવવા, સ્ટાફ માટે મારી શાળાની મુલાકાત, શૈક્ષણિક સાધનોની ઉપલબ્ધી વગેરે સુવિધાઓને કારણે શિક્ષકો વર્ગખંડમાં નિશ્ચિંત કાર્ય કરી શકે છે. જેના પરિણામ સ્વરૂપ વર્ષ–૨૦૧૪ માં શ્રી વિદ્યાવિહાર માધ્યમિક શાળાને ફરીથી શ્રેષ્ઠ શાળાનો ખિતાબ પ્રાપ્ત થયો.

શાળામાં આચાર્યશ્રીની જવાબદારી સાથે તેઓ પૂજય રામદેવજી મહારાજના સાનિધ્યમાં રહી કુશળ યોગ શિક્ષક પણ બન્યા. હવે યોગ તેમના જીવવનો મંત્ર બની

ચૂકયો છે. તેઓ અમારી શાળામાં નિયમિત યોગ કરાવે છે. પરંતુ શહેરની અન્ય સંસ્થાઓમાં પણ યોગ શિબિરોનું આયોજન કરી પોતાની સામાજિક જવાબદારી નિભાવે છે.

તેમની દિર્ઘદ્રષ્ટિ, શિક્ષણ પ્રત્યેની સંવેદના, કઠોર પરિશ્રમ, રાષ્ટ્રપ્રેમ, યોગ અને સ્વીમીંગ પ્રત્યેની રૂચિ, ખેલદીલી, નવું શીખવાની જાણવાની ઝંખના, હકારાત્મક અભિગમ, શિસ્તનો હઠાગ્રહ, સાચા શિક્ષણ– અભ્યાસક્રમ અને પરીક્ષા પધ્ધતિની ખોજ અને સતત મંથન જેવા સદ્‌ગુણોને કારણે તેમણે શાળાને શ્રેષ્ઠતા પ્રદાન કરી છે. આવા સદ્‌ગુણોને કારણે તેમનું નામ દરેક ક્ષેત્રમાં રોશન થયું છે. તેમના આ સદ્‌ગુણો મારા માટે હંમેશા પ્રેરક બની રહેશે.

તેમના અથાગ પરિશ્રમને કારણે શ્રી વિદ્યાવિહાર શિક્ષણ સંકુલ એક વિશાળ વટવૃક્ષ બન્યું છે. સંસ્કારનું કેન્દ્ર બન્યું છે, વિદ્યા મંદિર બની શકયું છે. તેમની મહેનત વગર શ્રી વિદ્યાવિહાર શાળાની કલ્પના શકય નથી.

સર્વપ્રતિભાશાળી અને નિષ્ઠાવાન શિક્ષક યુનુસભાઈ મન્સૂરી

એમ કહેવાય છે કે "સાચા શિક્ષકો જન્મે છે, બનતા નથી." પદવી મેળવી અને શિક્ષણનો વ્યવસાય સ્વીકારવો અને હૃદયથી શિક્ષક હોવું બન્નેમાં મોટો ફરક છે. માત્ર પગાર કાજે શિક્ષણનો વ્યવસાય સ્વીકારવો અને આત્મસંતોષ માટે શિક્ષણનો વ્યવસાય સ્વીકારવો તે બન્ને વચ્ચે ફરક છે. પોતાના વિષયમાં પારંગત હોય તેવો વિદ્યાર્થી શિક્ષક બને અને શિક્ષક બન્યા પછી વિષય શીખવાનો – શિખવવાનો પ્રયત્ન કરે તેમાં પણ ફરક છે. પોતાના વિષયમાં નિપુણ અને જન્મથી જ્ઞાનપિપાસુ શ્રી યુનુસભાઈ મન્સુરીનો જન્મ રાજુલા તાલુકાના ટીંબી ગામે થયો હતો. ગામડાની શાળામાં પ્રાથમિક શિક્ષણ મેળવ્યુ, પરંતુ પ્રાથમિક શિક્ષણથી તેમને બધા જ વિષયોમાં રૂચિ હતી. તેઓને સુંદર અને સુઘડ અક્ષરે લખવાની ટેવ પ્રાથમિક શિક્ષણથી પડી હતી. બાળપણથી ક્રિકેટ રમવાનો શોખ ખુબ જ હતો. રજાઓમાં વહેતી નદીમાં નાવાની મજા લૂંટતા લૂંટતા તરતા પણ શીખી લીધું. સરળ સ્વભાવ, અભ્યાસમાં હોંશિયાર, પરોપકારની ભાવનાને કારણે ગામમાં અનેક મિત્રો હતા. પ્રાથમિક અને માધ્યમિક શિક્ષણ પૂર્ણ કરી ધોરણ ૧૧–૧૨ વિજ્ઞાન પ્રવાહ માટે ભાવનગર શહેરમાં આવી પ્રવેશ લીધો. રૂમ રાખી રહેવાનું, જાતે રસોઈ બનાવવાની, દરરોજનું કામ દરરોજ કરી લેતા. કોઈ પણ વિષય અને વિષયવસ્તુના મુદાને પૂર્ણપણે સમજાય ન જાય ત્યાં સુધી કદી પ્રયત્ન છોડતા નહીં. અભ્યાસકાળ દરમ્યાન બાહય સાહિત્ય વાંચનની પણ ટેવ હતી. તેમણે એક સાહસ કથાઓ, નવલકથાઓ, વાર્તાઓ વાંચેલ. એક બેઠકે બેસી વાર્તાઓ પૂર્ણ કરતા. ધોરણ ૧૧–૧૨ સાયન્સની ખૂબ તૈયારી કરી પરંતુ ધોરણ ૧૨ ની પરીક્ષા આવી તે પહેલા ટાઈફોડ થઈ ગયો. આ બીમારી તેમના જીવનનો ટર્નીંગ પોઈન્ટ બની ગયો. બે

મહિના પથારીમાં રહેવું પડયું, પરિણામ સ્વરૂપ ધો–૧૨ માં ઈચ્છિત પરિણામ આવ્યું નહી. ભાવનગરની સાયન્સ કોલેજમાં પ્રવેશ મેળવ્યો અને સમથે સાયન્સ હોસ્ટેલમાં પ્રવેશ મેળવ્યો. હોસ્ટેલમાં ભોજનની વ્યવસ્થા ન હોવાથી જાતે રસોઈ બનાવવાની અને અભ્યાસ કરવાનો. ફિલ્મો અને ક્રિકેટ મેચ જોવાનો તેમને ખૂબ જ શોખ હતો. ઘરની આર્થિક સ્થિતિને ધ્યાનમાં રાખી અભ્યાસની સાથે સાથે ટયુશન કરી અભ્યાસનો ખર્ચ કાઢવાનું આયોજન કર્યુ. ગણિત વિષય પર સુંદર પ્રભુત્વને કારણે તેઓ સૌના પ્રિય બની જતા. સૌને ઉપયોગી થવાની ભાવનાને કારણે તેમને મળનાર વ્યકિતના માનસ પર છવાઈ જતા. ભાવનગરની હોસ્ટેલમાં રહી બી.એસ.સી., એમ.એસ.સી. અને બી.એડ. સુધીન અભ્યાસ કર્યો હોવાથી ભાવનગર તેમના માટે કાયમી ઘર બની ગયું હતું. હોસ્ટેલ કાળ દરમ્યાન એકબીજાને મળવાનું થતું. એમ.એસ.સી. ગણિતશાસ્ત્રમાં નિપુણતાથી પૂર્ણ કર્યુ. હવે ગણિત તેમની નસેનસમાં વહી રહયું હતું. ગણિતના અણઉકેલ કોયડાઓમાં ઉકેલ મેળવતા–મેળવતા ગણિત વિષયના નિષ્ણાત બની ચૂકયા હતા. પરંતુ એમ.એસ.સી. માં ભેદભાવનો ભોગ બન્યા, જે તેમની શૈક્ષણિક કારકિર્દી માટે બીજો ટર્નીંગ પોઈન્ટ બની રહયો. ગણિતશાસ્ત્રના પ્રાધ્યાપકને લાયક વ્યકિતએ ગણિત વિષયના શિક્ષક બની સંતોષ માનવો પડયો. ઘણી સ્પર્ધાત્મક પરીક્ષાઓમાં સફળતા મેળવી પરંતુ પોતાના સ્વભાવ મુજબ શિક્ષણના વ્યવસાયને પોતાની કાયમી કારકિર્દી તરીકે સ્વીકારી લીધી. મરોડદાર અક્ષરો અને ગણિત વિષયના પ્રભુત્વને કારણે ભાવનગરની ગુલાબરાય હ. સંઘવી બી.એડ. કોલેજમાં સૌ સહાધ્યાયીઓ અને પ્રોફેસરોના પ્રિય બની રહયા. તેમને ટયુશનમાં ભણાવવાનો અનુભવ હોવાના નાતે બી.એડ. સરળ બની રહયું. અભ્યાસકાળ દરમિયાન શ્રી છગનભાઈ જાંબુચાના

મિત્ર હોવાને નાતે ઝવેરભાઈની વાડી વિસ્તારમાં અનેક મિત્રો પણ હતા. શ્રી વિદ્યાવિહાર શાળાની સ્થાપનામાં યુનુસભાઈ મન્સુરીનું ખુબ મોટું પ્રદાન રહયું. શ્રી વિદ્યાવિહાર શાળા આગળ જતા હાઈસ્કૂલ સુધી વિસ્તાર કરવાનો નિર્ણય કરવામાં આવ્યો. યુનુસભાઈ શ્રી વિદ્યાવિહાર શિક્ષણસંકુલના પાયાના પથ્થર બન્યા. યુનુસભાઈની મિત્રતા અને ભલામણ મને શ્રી વિદ્યાવિહાર માધ્યમિક શાળા તરફ દોરી ગઈ. તેઓ શ્રી વિદ્યાવિહાર શાળામાં શૈક્ષણિક અને વહિવટી સર્વે કાર્યો સંભાળતા. હવે શ્રી વિદ્યાવિહાર શાળા તેમના માટે ઘર બની ચૂકી હતી. પોતાની કાર્યક્ષમતા, વિષય નિપુણતા અને કાર્યનિષ્ઠાને કારણે શ્રી વિદ્યાવિહાર ગ્રાન્ટેડ માધ્યમિક શાળામાં શિક્ષક તરીકે તેમની સૌ પ્રથમ ભરતી થઈ. તેમની સાથે રાજેશભાઈ મકવાણા પણ જાડાયેલ. સર્વ શિક્ષકોના સહકારથી શાળાનો ભૌતિક અને શૈક્ષણિક વિકાસ થયો. ગણતરીના વર્ષોમાં શાળાએ વિકાસની હરણફાળ ભરી. શાળાના સર્વાંગી વિકાસમાં યુનુસભાઈ મન્સુરીનો સિંહફાળો રહયો. શરૂઆતના સમયમાં તેઓ ગણિત, વિજ્ઞાન, અંગ્રેજી, ચિત્ર વગેરે વિષયો ભણાવતા. જયારે બાકીના વિષયો ગુજરાતી, હિન્દી, સંસ્કૃત, સમાજ વગેરે રાજેશભાઈ રસપૂર્વક ભણાવતા.

તેમનામાં વિદ્યાર્થીઓનું પૂર્વજ્ઞાન જાણવાની ક્ષમતા અદ્દ્ભૂત છે. શાળામાં પ્રવેશ માટે આવેલ વિદ્યાર્થીને ગણિતના બે જ દાખલામાં તેમની ક્ષમતાને પામી જાય છે. તેમનામાં વિદ્યાર્થીઓની ક્ષમતા પારખવાની ક્ષમતા પણઅદ્દ્ભૂત છે. તેઓ એકાદ અઠવાડીયામાં વિદ્યાર્થીઓની શૈક્ષણિક, પાશ્ચાત ભૂમિકા, સ્વભાવ, વલણો, મનોવલણો, સામાજિક–આર્થિક સ્થિતિને પારખી લેતા. તેઓ રાત–દિવસ શાળા,

વિદ્યાર્થીઓ અને તેમના પરિણામોની ચિંતા કરતા રહે છે.વિદ્યાર્થીઓને ગણિત જેવા વિષયને સરળતાથી ભણાવવા, સમજાવવા અનેક તરકીબો, કોયડાઓ, પ્રયુકિતઓ વર્ગમાં પ્રયોજે છે, શોધી કાઢે છે. ગણિત જેવા કઠીન વિષયને સરળ બનાવવા સતત પ્રયત્નો કરતા રહે છે. તેમના માટે સરળ મટીરીયલ તૈયાર કરે છે. વર્ગખંડમાં સુંદર બોર્ડવર્ક કરી વિદ્યાર્થીઓને ગણિત જેવા વિષયને સરળ અને પ્રિય બનાવવાનો પ્રયત્ન કરે છે. ગણિત વિષય ભણાવવા માટે તેઓ સમય અને સ્થળનું પણ ભાન ભૂલી જાય છે.પાયાનું ગણિત શરૂ કરી સમયસર અને શ્રેષ્ઠ રીતે અભ્યાસક્રમ પૂર્ણ કરવા પ્રયત્ન કરે છે. ગણિત જેવા વિષયને સરળ અને રસપ્રદ બનાવવા રાત–દિવસ પ્રયાસ કરે છે. ગણિત પાઠય પુસ્તકમાં રહેલી ત્રુટીઓને પણ તેઓ દૂર કરી શ્રેષ્ઠ રીતે ગણિત ભણાવવાનો પ્રયાસ કરે છે. તેમને મન વર્ગખંડ સ્વર્ગ સમાન છે. તેમની પાસે આવતા વિદ્યાર્થીઓમાં ગણિત વિષય પ્રત્યે ભૂખ જગાવવાનું કાર્ય કરે છે, જેને કારણે ધોરણ–૧૦ માં આવતા વિદ્યાર્થીઓમાં મોટાભાગના વિદ્યાર્થીઓનો પ્રિય વિષય ગણિત બની જાય છે. તેમની પાસેથી અભ્યાસ કરી ગયેલ વિદ્યાર્થીઓને તેઓ કદી ભૂલતા નથી તેની દરેક ખામીઓ અને ખુબીઓને જાણે છે કાયમી યાદ રાખે છે. તેમની યાદશકિત પણ એટલી શ્રેષ્ઠ છે કે આજ સુધી અભ્યાસ કરીને ગયેલ વિદ્યાર્થીઓનો સંપૂર્ણ પરિચય આજે પણ યાદ છે. તેમની પાસેથી અભ્યાસ કરીને ગયેલા વિદ્યાર્થીઓ પણ તેમની ભૂલી શકતા નથી. ભણવા માંગતા વિદ્યાર્થીઓને તેઓ સમય અને સ્થળનું ભાન ભૂલાવી ભણાવે છે. શાળા સમય બાદ પણ તેઓ ભણાવવા તત્પર રહે છે. સવાર–સાંજ કે રજાના દિવસે વિદ્યાર્થીઓના ઘરે જઈ ગણિત ભણાવવા જાય છે. તેઓ ભણાવવા માટે કદી થાકતા નથી. સાદું જીવન અને ઉચ્ચ વિચારો ધરાવનાર યુનુસભાઈને મન વિદ્યાર્થીઓ કેન્દ્ર સ્થાને રહે છે. આજે

ભણાવવું તે તેમનો શોખ બની ચૂકયો છે. તેમણે આજ સુધી હંમેશા પોતાની નોકરીને પ્રાધાન્ય આપ્યું છે. તેમના જેવા પ્રામાણિક, નિષ્ઠાવાન શિક્ષકો મળવા દુષ્કર છે. શાળાની દરેક પ્રવૃતિઓમાં તેમનું ૧૦૦ % યોગદાન રહે છે. શાળાના દરેક કાર્યો અને નિર્ણયો લેતા પહેલા તેના દુરોગામી પરિણામોથી પણ પરિચિત અને દુરદર્શી હોવાના કારણે શાળાના દરેકકાર્યક્રમ સફળ થાય છે.

જો વિદ્યાર્થીઓ ભણવા તૈયાર હોય તો તેઓ ભણાવવા હંમેશા તત્પર રહે છે. વિદ્યાર્થીઓ તેમનાથી હંમેશા વિટળાયેલ રહે છે. તેઓ સતત ગણિત વિષયનું ૧૦૦% પરિણામ આવે તેમજ વિદ્યાર્થીઓ ૧૦૦માંથી ૧૦૦ ગુણ મેળવે તેવા સતત પ્રયત્નો કરતા રહે છે. તેમના વિષયના સુંદર પરિણામને કારણે શાળાનું પરિણામ પણ સુંદર આવે છે. જેને કારણે ૨૦૦૮ અને ૨૦૧૪માં શ્રી વિદ્યાવિહાર માધ્યમિક શાળા ભાવનગર શહેરની શ્રેષ્ઠ શાળા બની શકી છે. તેનો શ્રેય સૌથી વધારે યુનુસભાઈને ફાળે જાય છે.

તેમના મરોડદાર અક્ષર એ તેમનું સૌથી સબળ પાસું છે. બધી જ ભાષામાં મરોડદાર અક્ષરે લખવું તે તેમની ટેવ અને શોખ છે. તેમના અક્ષરોનો હું પણ ચાહક રહયો છું. તેઓ સારા ચિત્રકાર પણ છે. સુંદર ચિત્રો દોરવાનો પણ તેમને શોખ છે. આજે પણ તેઓ શાળામાં ગણિત સાથે ચિત્રનો વિષય ભણાવે છે. તેમને રંગોળી દોરવી–દોરાવવાનો શોખ પણ અદ્દ્ભૂત છે. શાળાની આજુબાજુના વિસ્તારમાં લગ્ન પ્રસંગે યુનુસભાઈને ગણેશજીને દિવાલ પર દોરવાનું આમંત્રણ અચૂક હોય.

તેમનામાં વિદ્યાર્થીઓનું પૂર્વજ્ઞાન જાણવાની ક્ષમતા અદ્દ્ભૂત છે. શાળામાં પ્રવેશ માટે આવેલ વિદ્યાર્થીને ગણિતના બે જ દાખલામાં તેમની ક્ષમતાને પામી જાય છે. પાયાનું

ગણિત શરૂ કરી સમયસર અને શ્રેષ્ઠ રીતે અભ્યાસક્રમ પૂર્ણ કરવા પ્રયત્ન કરે છે. ગણિત જેવા વિષયને સરળ અને રસપ્રદ બનાવવા રાત–દિવસ પ્રયાસ કરે છે. ગણિત પાઠય પુસ્તકમાં રહેલી ત્રુટીઓને પણ તેઓ દૂર કરી શ્રેષ્ઠ રીતે ગણિત ભણાવવાનો પ્રયાસ કરે છે. તેમને મન વર્ગખંડ સ્વર્ગ સમાન છે. તેમની પાસે આવતા વિદ્યાર્થીઓમાં ગણિત વિષય પ્રત્યે ભૂખ જગાવવાનું કાર્ય કરે છે, જેને કારણે ધોરણ–૧૦ માં આવતા વિદ્યાર્થીઓમાં મોટાભાગના વિદ્યાર્થીઓનો પ્રિય વિષય ગણિત બની જાય છે. તેમની પાસેથી અભ્યાસ કરી ગયેલ વિદ્યાર્થીઓને તેઓ કદી ભૂલતા નથી તેની દરેક ખામીઓ અને ખુબીઓને જાણે છે કાયમી યાદ રાખે છે. તેમની યાદશકિત પણ એટલી શ્રેષ્ઠ છે કે આજ સુધી અભ્યાસ કરીને ગયેલ વિદ્યાર્થીઓનો સંપૂર્ણ પરિચય આજે પણ યાદ છે. તેમની પાસેથી અભ્યાસ કરીને ગયેલા વિદ્યાર્થીઓ પણ તેમની ભૂલી શકતા નથી. ભણવા માંગતા વિદ્યાર્થીઓને તેઓ સમય અને સ્થળનું ભાન ભૂલાવી ભણાવે છે. શાળા સમય બાદ પણ તેઓ ભણાવવા તત્પર રહે છે. સવાર–સાંજ કે રજાના દિવસે વિદ્યાર્થીઓના ઘરે જઈ ગણિત ભણાવવા જાય છે. તેઓ ભણાવવા માટે કદી થાકતા નથી. સાદું જીવન અને ઉચ્ચ વિચારો ધરાવનાર યુનુસભાઈને મન વિદ્યાર્થીઓ કેન્દ્ર સ્થાને રહે છે. આજે ભણાવવું તે તેમનો શોખ બની ચૂકયો છે. તેમણે આજ સુધી હંમેશા પોતાની નોકરીને પ્રાધાન્ય આપ્યું છે. તેમના જેવા પ્રામાણિક, નિષ્ઠાવાન શિક્ષકો મળવા દુષ્કર છે. શાળાની દરેક પ્રવૃતિઓમાં તેમનું ૧૦૦ % યોગદાન રહે છે. શાળાના દરેક કાર્યો અને નિર્ણયો લેતા પહેલા તેના દુરોગામી પરિણામોથી પણ પરિચિત અને દુરદર્શી હોવાના કારણે કાર્યક્રમ સફળ થાય છે.તેમણે પોતાના કર્મને ધર્મ સમજયો છે. તેમનામાં એક સાચા ભારતીય નાગરિકના ગુણો તેમની નસે નસમાં વહે છે.

નોકરીના ૧૫ વર્ષમાં કદી ફાલતું રજાનો દુરઉપયોગ કર્યો નથી. વર્ષ દરમ્યાન મળતી રજાઓ વણવપરાયેલી જતી રહે છે.

તેમણે પોતાના કર્મને ધર્મ સમજયો છે. તેમનામાં એક સાચા ભારતીય નાગરિકના ગુણો તેમની નસે નસમાં વહે છે. નોકરીના ૧૫ વર્ષમાં કદી ફાલતું રજાનો દુરઉપયોગ કર્યો નથી. વર્ષ દરમ્યાન મળતી રજાઓ વણવપરાયેલી જતી રહે છે. જે કાર્ય તેમને સોંપવામાં આવે અથવા હાથમાં લે તે કાર્યને સુંદર રીતે અને શ્રેષ્ઠ રીતે પૂરૂ કરવા ટેવાયેલા છે. તેમણે હંમેશા પોતાની નોકરીને પ્રાધાન્ય આપ્યું છે. તેમના જેવા વિષય નિપુણ, નિષ્ઠાવાન, પ્રામાણિક, સખત મહેનતુ, જ્ઞાનપિપાસુ, અધ્યેતાકેન્દ્રી, જિજ્ઞાસુ, દેશપ્રેમી, માનવતાવાદી વિદ્યાર્થીઓના શુભચિંતક, દુરદર્શી, શિક્ષકત્વથી તરબોળ શિક્ષકો મળવા દુષ્કર છે. તેમના દરેક સદ્‌ગુણોએ મારા જીવન પર સુંદર છાપ છોડી છે. આજે પણ હું હ્રદયથી શ્રી યુનુસભાઈને શ્રેષ્ઠ શિક્ષક માનું છું.તેમના જેવા અધ્યેતા કેન્દ્રી, અધ્યેતા પારખું, નિષ્ઠાવાન, પ્રામાણિક, વિષય નિપૂણ, કર્મઠ, હકારાત્મક અભિગમધારી, સમાજવાદી, સંવેદનશીલ, પરોપકારી શિક્ષકને મારા લાખ લાખ સલામ.

મનોવૈજ્ઞાનિક શિક્ષક રાજેશભાઈ મકવાણા

પ્રાથમિક શિક્ષણ સાળંગપુરથી નજીક આવેલ નાનકડા ગામમાં મેળવી, ધંધુકા ખાતે માધ્યમિક અને ઉચ્ચતર માધ્યમિકનો અભ્યાસ પૂરો કર્યો. છાત્રાલયમાં રહી અભ્યાસ કર્યો હોવાના કારણે સહપાઠીઓ સાથે મિત્રતા કેળવી લીધેલ. મળતાવડા સ્વભાવને કારણે તેઓ દરેક મિત્રોના પ્રિય મિત્ર બની રહયા. સામાજિક વિષયના ઊંડા અભ્યાસી હોવાના નાતે સાથે ભણતા દરેક મિત્રોની સામાજિક, આર્થિક અને મનોવૈજ્ઞાનિક સ્થિતિનો કયાસ કાઢી લેતા. બાળપણથી બીજાને મદદરૂંડા અભ્યાસી હોવાના નાતે સાથે ભણતા દરેક મિત્રોની સામાજિક, આર્થિક અને મનોવૈજ્ઞાનિક સ્થિતિનો કયાસ કાઢી લેતા. બાળપણથી બીજાને મદદરૂપ થવાની ભાવના કેળવાયેલ હોવાના કારણે તેના સાથી મિત્રોના સુખ દુઃખમાં ભાગીદાર બનતા અને બને છે. કોઈપણ વ્યકિત સાથેની એક મુલાકાત કાયમી મિત્રતામાં પરિવર્તીત થઈ જતી. સામેની વ્યકિતની મનોસ્થિતિ જાણવાની ખુબીને કારણે કોઈપણ વ્યકિતને નખ–શિખ પારખી લે છે. મનોવિજ્ઞાન અને સમાજશાસ્ત્રના ઊંડા અભ્યાસી હોવાના નાતે દરેક વ્યકિત, સમાજ, સંપ્રદાય અને ધર્મને નજીકથી સમજવાનો તેમને શોખ પણ છે. તેમણે અમદાવાદની પ્રખ્યાત ગુજરાત યુનિવર્સિટીની ગુજરાત કોલેજમાં અભ્યાસ પૂર્ણ કર્યો. બી.એડ. પણ અમદાવાદમાં જ પૂર્ણ કર્યુ. ગુજરાતના જુદા–જુદા પ્રાંતમાંથી આવતા વિદ્યાર્થીઓ સાથે અભ્યાસકાળ અને છાત્રાલય જીવન દરમ્યાન અનેક મિત્રો બનાવ્યા. તેઓની સાથેનો નાતો પણ કાયમ છે. અભ્યાસકાર્ય પૂર્ણ કરી ભાવનગરની શ્રી બી.એન.વિરાણી સ્કૂલમાં સંસ્કૃત વિષયના શિક્ષક તરીકે જોડાયા. આગળ જતાં તેઓ શ્રી વિદ્યાવિહાર પ્રાથમિક શાળામાં શિક્ષક તરીકે જોડાયા. તેમની સાથે વર્ષ–૨૦૦૦ થી તેમની સાથે જોડાયો. જોડાયાની સાથે શ્રી યુનુસભાઈ,

ભરતભાઈ ચૌહાણ, રાજેશભાઈ અને મારી વચ્ચે આત્મીય લાગણીના સંબંધો બંધાયા. ગ્રામીણ સંસ્કૃતિમાંથી આવતા હોવાના નાતે અમારી વચ્ચે ઘણી સામ્યતા હતી. બન્ને સમવયસ્ક હોવાની સાથે સાથે ખેડુતપુત્ર, સામાન્ય કુટુંબની પાશ્ચાતભૂમિ, નોકરીની જરૂરિયાત જેવી સામ્યતાને કારણે સગા ભાઈ જેવા સંબંધો વિકસ્યા અને આજે પણ કાયમ છે.

તેઓ સંસ્કૃત વિષયના સ્નાતક અને અનુસ્નાતક હોવા છતાં ગુજરાતી, હિન્દી, સામાજિક વિજ્ઞાન વિષયમાં પણ નિપુણ છે. આ ઉપરાંત અન્ય વિષયોના પણ ઊંડા અભ્યાસુ છે. તેમને ચિત્ર પ્રત્યે પણ રૂચિ છે. તેઓ સુંદર ચિત્રો પણ દોરી શકે છે. તેઓ સાહિત્યના ઊંડા અભ્યાસુ છે. વાંચન આજે પણ શોખનો વિષય રહયો છે. શાળાની દરેક પ્રવૃત્તિઓમાં તેમનું આત્મીય જોડાણ રહે છે. શાળાની ઘણી પ્રવૃત્તિઓ નિષ્ઠા અને પ્રામાણિકતાથી બજાવે છે. તેઓ પ્રવાસ, પર્યટનના પણ ઊંડા અભ્યાસુ છે.

સફળ શિક્ષકનું પ્રથમ કાર્ય : 'અધ્યેતાને પારખવો'. તેમનામાં વિદ્યાર્થીઓને પારખવાની કલા અદ્દ્ભૂત છે. નવા દાખલ થયેલ વિદ્યાર્થીઓનું સામાજિક, શૈક્ષણિક, આર્થિક અને માનસિક નિદાન કરી લે છે. વિદ્યાર્થીઓની પૃષ્ઠભૂમિને ઝડપથી પામી જાય છે. પોતાની સ્વરચિત કસોટી વડે વિદ્યાર્થીની ભાષા, અક્ષરો, યાદદાસ્ત અને પૂર્વજ્ઞાનને જાણી લે છે. વિદ્યાર્થીઓના પૂર્વજ્ઞાનના સ્તરને જાણી ભણાવવાની શરૂઆત કરતા હોવાથી તેઓ પોતાના વિષયમાં સફળતા પ્રાપ્ત કરે છે. વિદ્યાર્થીઓમાં પડેલી સુક્ષુપ્ત શકિતઓને ઓળખી તેને પ્રેરણા આપે છે. પોતાના વિષયને ધીરજપૂર્વક અને શ્રેષ્ઠપણે વિદ્યાર્થીઓને શિખવે છે. સમયાંતરે તેઓનું યોગ્ય મૂલ્યાંકન પણ કરે છે. તેઓ દુરદર્શી હોવાના કારણે દરેક કાર્ય કરતાં પહેલા

તેના દરેક પાસાઓનો અભ્યાસ કરી લે છે. દરેક કાર્ય અને નિર્ણયના દૂરોગામી પરિણામોથી પણ તેઓ વાકેફ હોવાના કારણે મારા જેવા શિક્ષક અને શાળાને તેનો લાભ મળે છે. મુશ્કેલ પરિસ્થિતિમાં તેમનું સચોટ માર્ગદર્શન મળી રહે છે. તેમનામાં હકારાત્મક અભિગમ હોવાના કારણે શાળાના દરેક કાર્યો સફળતાપૂર્વક પાર પાડે છે.

શાળાની સહઅભ્યાસ પ્રવૃત્તિઓમાં પણ તેમની મદદ અને માર્ગદર્શન પ્રાપ્ત થાય છે. અધ્યેતાને પારખવો, વિષય નિપુણતા, અધ્યેતાકેન્દ્રી સ્વભાવ, નોકરી પ્રત્યે વફાદારી, નિષ્ઠા, ધીરજ જેવા સદ્દ્ગુણોએ મારા પર સુંદર અને કાયમી છાપ ઉપસાવી છે. તેમના જેવા સહકર્મચારીઓને કારણે નોકરીમાં કાર્યસંતોષનો અનુભવ થાય છે.

વિજ્ઞાન અને કેમેરાના કસબી નિકુંજભાઈ પારેખ

જાહેર જીવનમાં સફળતાનો માપદંડ કાર્યસંતોષ હોય છે. કાર્યસંતોષ ત્યારે જ પ્રાપ્ત થાય છે જયારે સહકર્મચારીઓ વચ્ચે સહકાર, પ્રેમ, પરોપકાર, ત્યાગ અને જતુ કરવાની ભાવના હોય. એકબીજાની ખામીઓ અને ખુબીઓ જાણ્યા પછીના સંબંધો વધારે મજબુત બને છે. આવા સુમધુર સંબંધો અમારી શાળાના શિક્ષકો વચ્ચે વિકસ્યા છે. આવા સૌહાદપૂર્ણ વાતાવરણમાં નોકરી કરતા કરતા વર્ષો પસાર થઈ જાય છે તેનો ખ્યાલ પણ રહેતો નથી. ખરેખર એ જ જીવનની સાચી મજા છે. સારા સહકર્મચારીઓને કારણે શાળામાં નોકરી એક આનંદનો ઉત્સવ બની જાય છે.

એવા જ એક ઉત્સાહી શિક્ષક અમારી શાળામાં જોડાયા. શાળામાં દાખલ થયા તે પહેલાં શ્રી નિકુંજભાઈ પારેખ ભાવનગરની નામાંકિત શાળાઓમાં શિક્ષક તરીકે સેવા આપતા હતા. તેમના શૈક્ષણિક અનુભવો અમને ઉપયોગી પૂરવાર થયા. વિજ્ઞાન વિષયમાં પણ ભૌતિકશાસ્ત્રમાં અનુસ્નાતક સુધી અભ્યાસ કર્યો હોવાથી હતા. જે વિષય પર પ્રભુત્વ હોય એ વિષયમાં શિક્ષક વધારે ન્યાય આપી શકે તે સ્વાભાવિક છે. તેઓ વિષયવસ્તુનું આગોતરૂ આયોજન કરી તેનો સમયસર અમલ કરે છે. સમયસર કાર્ય કરવા–કરાવવાની ક્ષમતા વિશિષ્ટ છે. વિદ્યાર્થીઓ પાસેથી કામ કરાવવાની આવડત પણ અસરકારક છે. તેઓ શાળામાં જોડાયા ત્યારથી શાળાની સહઅભ્યાસક પ્રવૃતિઓમાં પણ મહત્વનું યોગદાન રહયું છે. ભાવનગરની જાણીતી સંસ્થા કલ્યાણ પ્રાદેશીક લોકવિજ્ઞાન કેન્દ્ર' , વિકાસવર્તુળ સંચાલિત 'વિજ્ઞાન નગરી' તેમજ એકસલ ઈન્ડસ્ટ્રીઝ પ્રાઈવેટ લિમિટેડ સાથે તેઓ જોડાયેલ

હતા. તેમણે અમારી શાળાને પણ તે સંસ્થાઓ સાથે જોડાણ કરાવી, વિદ્યાર્થીઓને પ્રવૃત્તિઓમાં રસ લેતા કર્યા.

પોતે કોલેજકાળ દરમ્યાન N.C.C. Air Wingના કેડેટસ હોવા નાતે શિસ્ત અને રાષ્ટ્રપ્રેમ તેમના દરેક કાર્યમાં ટપકતો હતો. ૧૫ મી ઓગષ્ટ અને ૨૬મી જાન્યુઆરીના સાંસ્કૃતિક કાર્યક્રમમાં તેમનું માર્ગદર્શન મળી રહેતું. રાષ્ટ્રગાન સમયે બેંડ વડે સંગીતની સુમધુર ધૂન અચૂક રજૂ થતી. રાષ્ટ્રીય કાર્યક્રમોમાં કમ્પ્યુટર અને ટેકનોલોજીનો સુનિયોજીત ઉપયોગ કરવામાં તેમનો સાથ મળી રહે છે.

અધ્યાપનની સાથે સાથે પ્રવાસ–પર્યટન, સંગીત અને ફોટોગ્રાફી પણ તેમનો પ્રિય વિષય રહયા છે. દરેક પ્રવૃત્તિઓની સુંદર ફોટોગ્રાફી કરવાનું શ્રેય પણ નિકુંજભાઈ પારેખને જાય છે. ફોટા એડીટ કરવાની ક્ષમતા ધરાવે છે. જેને કારણે શાળા તેમજ વિદ્યાર્થીઓને સુંદર તસ્વીરો પ્રાપ્ત થાય છે.

શાળાની શૈક્ષણિક પ્રવૃત્તિઓમાં હંમેશા હકારાત્મક સાથ અને સહકાર પ્રાપ્ત થાય છે. સમયનું યોગ્ય મેનેજમેન્ટ કરી કાર્યોનું યોગ્ય અમલીકરણ એ તેમની વિશિષ્ટતા રહી છે. પોતાના વિષયનું સુંદર પરિણામ લાવવા પુરતા પ્રયત્નો કરે છે. પોતાના વિષયમાં સતત અપડેટ રહે છે અને અમને સૌને રાખે છે. શિક્ષણના વર્તમાન પ્રવાહોથી અમને સૌને પરિચિત રાખવાનું કાર્ય પણ તેઓ કરે છે. કમ્પ્યુટર વડે શિક્ષણને રસપ્રદ બનાવવાનો અથાગ પ્રયાસ કરે છે. વિજ્ઞાન અને ટેકનોલોજીનો સુભગ સમન્વય ખરા અર્થમાં કરવાનો શ્રેય નિકુંજભાઈ પારેખને જાય છે. શિક્ષણમાં કમ્પ્યુટર, ઓવર હેડ પ્રોજેકટર, ટી.વી., વગેરે અતિ આધુનિક ટેકનોલોજીનો

મહત્તમ ઉપયોગ કરવા–કરાવવાનું શ્રેય નિકુંજભાઈને જાય છે. કમ્પ્યુટર તેમનો રસનો વિષય છે.

નિકુંજભાઈ જેવા આધુનિક ટેકનોલોજીના જાણકાર, વિષય નિષ્ણાત, ટાઈમ મેનેજમેન્ટ અને તેનું અસરકારક અમલીકરણ કરનાર, સર્વપ્રતિભાશાળી, દેશપ્રેમી, શુભચિંતક શિક્ષકો મળવા દુષ્કર છે. શિક્ષક તરીકેના સદ્‌ગુણોની મારા જીવન અને કવનમાં ઊંડી અસર છે. તેમનો ઋણી રહીશ.

શાળાની પ્રવૃત્તિઓ, શૈક્ષણિક કાર્ય, પ્રવાસ પર્યટન તેમજ શિક્ષકોના રોજીંદા જીવન માટે ઉપયોગી માર્ગદર્શન તેમના તરફથી પ્રાપ્ત થાય છે. પોતાના ઉત્તમ અનુભવો શિક્ષકો સાથે શેર કરે છે. તેઓ અનુભવી, દિર્ઘદૃષ્ટા અને દૂરોગામી અસરોથી પરિચિત હોવાથી કોઈપણ નિર્ણય લેતા પહેલાં તેમનું સચોટ માર્ગદર્શન પ્રાપ્ત થાય છે. જેનો લાભ શાળા, શિક્ષકો અને વિદ્યાર્થીઓને પણ થાય છે. મારા જેવા શિક્ષકોને શૈક્ષણિક તેમજ ગેરશૈક્ષણિક પ્રશ્નોમાં પણ સચોટ માર્ગદર્શન પ્રાપ્ત થાય છે.

શાળામાં અભ્યાસ કરતા વિદ્યાર્થીઓને ઉચ્ચ અભ્યાસમાં કારકિર્દી માર્ગદર્શન પણ પુરૂ પાડે છે. ભાવનગરની નામાંકિત વિજ્ઞાન પ્રવાહની શાળાઓ અને તેમના સ્ટાફ સાથે આત્મીયતાથી જોડાયેલા હોવાથી તેનો લાભ શાળાના વિદ્યાર્થીઓને પ્રાપ્ત થાય છે. વિદ્યાર્થીઓની નાણાકીય પરિસ્થિતિન કયાસ કાઢી શ્રેષ્ઠ શાળા પસંદ કરવાનું માર્ગદર્શન આપે છે. ગરીબ ઘરના વિદ્યાર્થીઓને વિનામૂલ્યે અથવા રાહત દરે શિક્ષણ આપવા માટે પ્રયાસો કરે છે. ખરેખર ગરીબ વિદ્યાર્થીઓની ફી માફી પણ

કરાવે છે. પોતાની ઓળખ અને શાખાનો લાભ શાળા અને શાળાના વિદ્યાર્થીઓને પ્રાપ્ત થાય છે.

ઉર્જાવાન અને પ્રયોગશીલ શિક્ષક કમલેશભાઈ મકવાણા

વર્ષ ૨૦૦૫માં શાળામાં યુવાન, તરવરીયા, ત્રીજા વિજ્ઞાન શિક્ષક શ્રી કમલેશભાઈ શાળામાં જોડાયા. જોગાનુંજોગ અમારી શાળાને ગણિત–ભૌતિકશાસ્ત્ર અને રસાયણવિજ્ઞાનના નિષ્ણાત શિક્ષકો પ્રાપ્ત થયા. ત્રણેય શિક્ષકો પોતાના વિષયના નિપૂણ અને નિષ્ણાત. જેના કારણે શાળા ભાવનગરની શ્રેષ્ઠ શાળા બની શકી. કમલેશભાઈએ વિજ્ઞાનને પ્રયોગશાળા અને પાઠયપુસ્તકમાંથી બહાર કાઢી એક જીવંત વિષય બનાવી દીધો. તેઓ વિદ્યાર્થીઓને વિજ્ઞાન વિષય તરફ અભિમુખ કરવામાં સફળ રહયા. આજે શાળાના વિદ્યાર્થીઓને વિજ્ઞાન વિષય તરફ અભિમુખ કરવામાં સફળ રહયા. આજે શાળાના વિદ્યાર્થીઓને વિજ્ઞાન વિષય અઘરો નહીં પણ સરપ્રદ બની ગયો. તેનો સંપૂર્ણ યશ કમલેશભાઈને જાય છે.જુદી જુદી જગ્યાએ શિક્ષક તરીકેની નોકરી કર્યા બાદ જયારે વિદ્યાવિહાર શાળામાં જોડાયા ત્યારે સાચા અર્થમાં શિક્ષકને યોગ્ય વિદ્યાર્થીઓ અને વિદ્યાર્થીઓને યોગ્ય શિક્ષક પ્રાપ્ત થયા. 'પૂર્વતૈયારી કરી વર્ગખંડમાં પ્રવેશવું' એ એક ઉત્તમ શિક્ષકનો મૂળધર્મ છે. આ ધર્મને આજે પણ નિભાવે છે. પૂર્વ તૈયારી સાથે વર્ગખંડમાં પ્રવેશી સામે બેઠેલ માનવ સંપદાને વિજ્ઞાનના રંગે રંગી નાખવા હરદમ પ્રયાસ કરે છે. વિજ્ઞાનના વિષયવસ્તુને રસપ્રદ બનાવવા શાળામાં પ્રયોગો કરાવે છે. જરૂરી વસ્તુ, પદાર્થ, પર્ણ, ખાતર, જીવ–જંતુના નમુનાઓ તો કયારેક જીવંત જીવજંતુઓ વર્ગખંડમાં લાવી વિદ્યાર્થીઓને જ્ઞાન પિરસે છે. પોતે ભણાવેલ વસ્તુ વિદ્યાર્થીઓને ન સમજાય ત્યાં સુધી જુદી–જુદી રીતે રજૂ કરે છે, પુનરાવર્તન કરે છે. વર્ગમાં દરેક વિદ્યાર્થીઓને વિષયવસ્તુમાં જોતરે છે. વિષયવસ્તુ સમજાવી, કંઠસ્થ કરાવીને જ જંપે છે. તેમના માટે પ્રોજેકટ કાર્ય, ગૃહકાર્ય, મોડેટ, ચાર્ટ્સ, કમ્પ્યુટર પ્રોગ્રામ, નમૂના, પ્રયોગો

વગેરેનો ઉપયોગ કરે છે. શાળાના નોટીસ બોર્ડ વિજ્ઞાનની કૃતિઓથી ભરાયેલા હોય છે. રસથી ભણવા માંગતા વિદ્યાર્થીઓને તન,મન અને ધનથી મદદ કરે છે. વિજ્ઞાન વિષયને સરળ અને રસપ્રદ બનાવવાનું શ્રેય શ્રી કમલેશભાઈ મકવાણાને જાય છે. તેમણે ભણાવેલ વિષયવસ્તુનું પુનરાવર્તન અને મૂલ્યાંકન પણ કરી લે છે. લીધેલ કસોટીના જવાબપત્રો સમયસર ચકાસી, યોગ્ય હકારાત્મક નોંધ કરી વિદ્યાર્થીઓને પ્રેરણા આપે છે. વિદ્યાર્થીઓને શિક્ષણમાં રસ લેતા કરે છે. વિદ્યાર્થીઓમાં નવું જાણવા–શિખવાની જિજ્ઞાસાવૃત્તિ પેદા કરે છે. વ્યવહાર અને રમૂજી ટુચકાઓ અને ઉદાહરણો વડે પોતાનો વર્ગ આનંદમય રહે છે. તેમની પાસેથી વિજ્ઞાન ભણનાર વિદ્યાર્થીઓ શાળા તેમજ કમલેશભાઈને કદી ભૂલ શકતા નથી.

તેમણે વિજ્ઞાનને પ્રોજેકટ દ્વારા, પાવર પોઈન્ટ પ્રેજન્ટેશન દ્વારા, જીવંત પ્રયોગો દ્વારા તેમજ સતત અને સર્વગ્રાહી મૂલ્યાંકન દ્વારા સરળ અને રસપ્રદ બનાવ્યું. હું અને કમલેશભાઈ શાળામાં જોડાયા તે પહેલા ભાવનગર યુનિવર્સિટીના શિક્ષણશાસ્ત્ર ભવનમાં એમ.એડ. કરીને આવેલ. તેમણે ડૉ.ચંદ્રકાંતભાઈ ભોગાયતાની ભણાવવાની પ્રયુકિત અને પધ્ધતિ આત્મસાત કરેલ છે. જેને કારણે આજે તેઓ એક સફળ શિક્ષક છે. સુંદર બોર્ડકાર્ય, વર્ગખંડમાં ચાર્ટસ, મોડેલ, પદાર્થોનું ઉપયોજન તેમજ વ્યવહારૂ ઉદાહરણો દ્વારા વિદ્યાર્થીઓને ભાર વગરનું ભણતર પૂરું પાડે છે. કોઈપણ ભોગે વિદ્યાર્થીઓને સમજાવી દેવું, કંઠસ્થ કરાવી દેવું અને પોતાના વિષયમાં શ્રેષ્ઠ પરિણામ લાવવું તે તેમનો અભિગમ રહે છે. પોતે ધારેલું કોઈપણ કાર્ય સફળતાપૂર્વક પાર પાડવાની વૃત્તિને કારણે વિદ્યાર્થીઓના પ્રિય અને આદર્શ બની શકયા છે. સખત મહેનત વડે પોતાના વિષયનું સુંદર પરિણામ લાવે છે. ચોવીસ કલાક તેમના મનમાં વિદ્યાર્થી કેન્દ્રસ્થાને હોય છે.

તેમનામાં વિદ્યાર્થીઓ પ્રત્યેની આત્મીયતાને કારણે વિદ્યાર્થીઓને પોતાના કરી લે છે. આ ઉપરાંત મારા જેવા દરેક શિક્ષકોને પણ એટલું જ માન આપે છે. શાળાના શિક્ષકોને વર્તમાન શિક્ષણ પ્રવાહો સાથે પરિચિત રાખે છે. મને ભણાવવાની પ્રયુકિતઓ તેમજ શિક્ષણના બદલાતા પ્રવાહોથી માહિતગાર રાખવાની સાથે નવા નવા સાહિત્યથી સમૃધ્ધ રાખે છે. તે એક એવા શિક્ષક છે કે જેમણે શાળા, સ્ટાફ કે વિદ્યાર્થીઓ માટે કદી સમય કે નાણાંની ગણત્રી કરી નથી. તેમની પાસેથી શિક્ષક તરીકે અનેક સદગુણો, પ્રયુકિતઓ, પધ્ધતિઓ શીખવા મળે છે. તેમના જેવા ઉર્જાવાન શિક્ષકોને કારણે શાળાને જુદાજુદા ક્ષેત્રોમાં સફળતા પ્રાપ્ત થાય છે અને યશ સર્વોને મળે છે.

વિજ્ઞાનમેળામાં નવી નવી કૃતિઓ રજૂ કરવા વિદ્યાર્થીઓને પ્રેરણા આપે છે. શાળાની દરેક પ્રવૃત્તિઓમાં તેમનું ૧૦૦% ઈન્વોલ્વમેન્ટ રહે છે. તેમના તરફથી વિદ્યાર્થીઓને ક્રિકેટ અને નૃત્યનું યોગ્ય માર્ગદર્શન મળી રહે છે. બાળપણનો ક્રિકેટ રમવાનો અને નૃત્ય કરવાનો શોખ આજે પણ અડીખમ છે. વિદ્યાર્થીઓ સાથે વિદ્યાર્થી બનીને કામ કરવું–કરાવવું ખુબ ગમે છે. અધ્યાપનની સાથે સાથે ક્રિકેટ પ્રત્યે અનહદ પ્રેમને કારણે શાળાની ક્રિકેટ ટીમ ભાવનગરની દરેક ટુર્નામેન્ટમાં ભાગ લે છે અને શાળાને ચેમ્પીયન બનાવવાનો યશ પણ તેમને જાય છે. ક્રિકેટને કારણે ભાવનગર શહેરમાં વિદ્યાવિહારનું નામ ગુંજતુ થયું છે.

આ ઉપરાંત તેમને પ્રવાસ, પર્યટન, સાંસ્કૃતિક તેમજ નૃત્ય પણ પ્રિય વિષય રહયાં છે. ગમે તેવા વિદ્યાર્થીને રસ જગાવી,નૃત્ય માટે તૈયાર કરી સુંદર કૃતિઓ તૈયાર કરાવે છે.

પ્રવાસ પ્રેરક શિક્ષક જયેશભાઈ મકવાણા

જાહેર જીવનમાં બહુ ઓછા વિદ્યાર્થીઓ કે તાલીમાર્થીઓ હશે કે જેમણે અભ્યાસપૂર્ણ કર્યા બાદ તરત જ સરકારી નોકરી પ્રાપ્ત થઈ હોય અને તે પણ કોઈપણ પ્રકારના સંઘર્ષ વગર. જયેશભાઈ મકવાણા એક એવા શિક્ષક છે કે જેમને અભ્યાસ (બી.એડ) પૂર્ણ કર્યાના ત્રણ–ચાર મહિનામાં જ ગ્રાન્ટેડ શાળામાં શિક્ષકની નોકરી પ્રાપ્ત થઈ ગઈ છે. તેમણે નોકરી માટે પ્રથમ અરજી કરી અને પ્રથમ ઈન્ટરવ્યુમાં પસંદગી પામ્યા. તેમના જેવા નસિબવાન શિક્ષકો બહુ જ ઓછા મળશે. શાળામાં શિક્ષક તરીકે પસંદગી પરેશભાઈ મકવાણાની થવાની હતી કારણ કે તેમને ઈન્ટરવ્યુ પહેલા તેમના કાર્ય અને આવડત જાણવા શાળામાં તાસ લેવા માટે પણ બોલાવવામાં આવ્યા હતા. તેમણે શાળામાં કામ કરવાની તીવ્ર ઈચ્છા હતી અને ટ્રસ્ટી મંડળને પણ. પરંતુ છેલ્લી ઘડીએ શાળાએ સરકારશ્રીમાંથી લીધેલ એન.ઓ.સી. અને પરેશભાઈના વિષયમાં ફરક હોવાને કારણે તેમની પસંદગી થઈ શકી નહી અને તેમના સ્થાને ઈન્ટરવ્યુમાં હાજર શ્રી જયેશભાઈ મકવાણાની પસંદગી થઈ.

શાળામાં સૌથી નાની વયે સામાજિક વિજ્ઞાન વિષયના શિક્ષક તરીકે જોડાયા. પોતાનું વતન પાલિતાણા અને તે ભારતનું પવિત્ર યાત્રાધામ હોવાને કારણે તેમણે નોકરી પહેલા ટેકસીના ડ્રાઈવર તરીકે પણ કાર્ય કરેલ. ઘરમાં સૌથી નાના, માતા–પિતાના લાડકા પણ હતા. ટેકસીમાં ડ્રાઈવર તરીકે કાર્ય કરેલ હોય, પ્રવાસ પર્યટન તેમનો રસનો વિષય બની ચૂકયો હતો. તેમનો પ્રવાસ–પર્યટનનો શોખ, નોકરીમાં પણ ઉપયોગી થઈ પડયો.

સામાજિક વિજ્ઞાનનો અભ્યાસક્રમ પ્રમાણમાં લાંબો અને વિદ્યાર્થીઓ માટે કંટાળાજનક. પરંતુ જયેશભાઈએ પોતાની કોઠાસુઝથી નવી નવી તરકીબો વડે વિષયને સરળ અને રસપ્રદ બનાવવા પ્રયાસો કરે છે. પોતાના અભ્યાસના પુનરાવર્તન માટે તેમણે ટેકનોલોજીનો પણ ભરપૂર ઉપયોગ કર્યો. દૃષ્ટ–શ્રાવ્ય સાધનોનો સદ્‌ઉપયોગ કરી વિદ્યાર્થીઓને સામાજિક વિજ્ઞાન તરફ વિષયાભિમુખ કર્યા. વર્ગખંડમાં પણ પાઠયપુસ્તક સાથે નકશા, ચાર્ટસ્, મોડેલ્સ વગેરેના ઉપયોગ વડે વિષયને વધારે રસપ્રદ બનાવ્યો.

તેમણે અધ્યાપનની સાથે સાથે વિદ્યાર્થીઓમાં સાચી લોકશાહીના બીજ રોપવા ભગીરથ પ્રયાસો કર્યા. જેને કારણે શાળામાં અમેરિકન લોકશાહી ઢબે શ્રેષ્ઠત્તમ ચૂંટણી થાય છે. જે સરકાર માટે ઉત્તમ રાહ ચિંધનાર બની રહે છે. જો આ મોડેલ દેશમાં સ્વીકારાય તો દેશમાં શ્રેષ્ઠ લોકશાહી સ્થાપી શકાય.

આ ઉપરાંત સહઅભ્યાસ પ્રવૃતિઓમાં પણ તેમનો પુરતો સહયોગ પ્રાપ્ત થાય છે. તેમણે રેડક્રોસ સોસાયટીના માધ્યમથી વિદ્યાર્થીઓમાં સેવાભાવના ગુણો વિકસાવ્યા છે.

તેમના આગોતરા આયોજન અને પૂર્વજ્ઞાનને કારણે શાળાના પ્રવાસો સફળતાપૂર્વક સંપન્ન થાય છે. શ્રી વિદ્યાવિહાર એક એવી શાળા છે કે જેની સ્થાપના થઈ ત્યારથી આજ સુધી પ્રવાસ, પર્યટન, મુલાકાત નિયમિત પણે યોજાય છે. તેમાં જયેશભાઈની ભૂમિકા કેન્દ્ર સ્થાને રહી છે. તેમનામાં સહકારની ભાવના, અધ્યેતાકેન્દ્રી સ્વભાવ, હકારાત્મક અભિગમ, નવુ શિખવા–જાણવાની ઝંખના જેવા

ઉપયોગી પાસાઓને કારણે શાળાના દરેક કાર્ય અને કાર્યક્રમમાં તેમની મદદ સાંપડે છે. તેમના જેવા શિક્ષકોના સહયોગને કારણે શાળાનું નામ ઉજ્જવળ છે.

લોકનૃત્યોના પર્યાય 'હેતલબેન મુંજપરા'

ભાવનગર શહેરની સરકારી શાળામાં અભ્યાસ પૂર્ણ કરી ભાવનગર યુનિવર્સિટીમાં ગુજરાતી ભાષા સાહિત્ય સાથે સ્નાતક અને અનુસ્નાતકની પદવી હાંસલ કરી. અભ્યાસકાળ દરમ્યાન અભિનય અને લોકનૃત્ય તેમના ગમતા વિષય રહયા. યુનિવર્સિટી દ્વારા યોજાયેલ યુથ ફેસ્ટીવલમાં લોકનૃત્યમાં ભાગ લઈ શ્રેષ્ઠ દેખાવ કર્યો. તેણીના શોખને સ્ટેજ મળ્યું, માર્ગદર્શન પ્રાપ્ત થયું અને ભાવનગર યુનિવર્સિથંટીની વેસ્ટ ઝોન ટીમમાં તેણી પસંદગી પામ્યા. પોતાના શ્રેષ્ઠ નૃત્ય વડે ભાવનગર યુનિવર્સિટીની ટીમ લોકનૃત્યમાં નેશનલ ચેમ્પીયન બનાવી. પોતાની નૃત્યકલાને કારણે ગુજરાતી ભવનમાં તેણીનું નામ લોકપ્રિય બની ગયું. ડિપાર્ટમેન્ટના દરેક પ્રોફેસરોના પ્રિય વિદ્યાર્થીની બની રહયા. આજે પણ તેણીના પ્રાધ્યાપકો તેણીને ગર્વથી યાદ કરે છે.

વર્ષ–૨૦૦૭ માં તેણી શ્રી વિદ્યાવિહાર માધ્યમિક શાળામાં શિક્ષિકા તરીકે જોડાયા. શાળામાં જોડાયા તે પહેલા તેણીએ નવચેતન શાળામાં પણ સેવા આપેલ. શ્રી વિદ્યાવિહાર માધ્યમિક શાળામાં તેણીને એક માત્ર શિક્ષિકા તરીકે પસંદ કરાયા પરંતુ કાયમી ભરતી કરતી વખતે તેણીને વધારે મેરિટ ધરાવનાર બહેનની અરજીને કારણે તેણીની ભરતી થઈ. હેતલબેનને શાળામાં શિક્ષિકા તરીકે પસંદ કરવા માટે ઈન્ટરવ્યુ રદ કરવામાં આવ્યું. એક વર્ષ પછી ફરીથી ભરતી પ્રક્રિયા હાથ ધરવામાં આવી પણ ફરી વખત મેરીટનું વિઘ્ન આવ્યું. તેણીની ભરતી મુશ્કેલ બની, પરંતુ સ્વર્ગસ્થ ટી.બી.જોષી સાહેબના માર્ગદર્શન તળે તેણીની પસંદગી કરી શકયા. તેણીની ભરતી કરવામાં શાળાએ ખુબ મહેનત અને પ્રયત્નો કરવા પડયા. પરંતુ

તેણીનું લોકનૃત્યનું નેશનલ સર્ટીફિકેટ તેણીની નોકરી માટે ટર્નીંગ પોઈન્ટ બની ગયું. તેણીના લોકનૃત્યના નેશનલ સર્ટીફિકેટને કારણે શાળામાં શિક્ષિકા તરીકે પસંદગી થઈ.

શાળામાં જોડાયા બાદ પણ પોતાનો નૃત્યનો શોખ જીવંત રાખ્યો. તેણીની આવડતનો લાભ શાળાની વિદ્યાર્થીનીઓ અને વિદ્યાર્થીઓને મળે છે. નૃત્ય શિખવાડવાની આવડતને કારણે શાળાની નિરુત્સાહી વિદ્યાર્થીનીઓને પણ સંગીતના તાલે નચાવી શકે છે. નૃત્ય શીખવા આવનાર વિદ્યાર્થીનીઓને અભ્યાસાભિમુખ કરવામાં તેઓ સફળ થાય છે. શાળામાં યોજાતા દરેક સાંસ્કૃતિક કાર્યક્રમો સુંદર કૃતિઓ રજૂ થાય છે તેના સંપૂર્ણ યશ હેતલબેન મુંજપરાને જાય છે.

વિદ્યાર્થી, વિદ્યાર્થીનીઓમાં ખામીઓ અને ખુબીઓ જાણવાની તેણીમાં વિશિષ્ટ કલા છે. જેને કારણે સહશિક્ષણ ધરાવતી શાળામાં શિસ્તબધ્ધ વાતાવરણ જળવાઈ રહે છે. તેણીના વિષયજ્ઞાન, સખત પરિશ્રમ, નૃત્ય પ્રત્યેની રૂચિ, સહકારની ભાવના તેમજ હકારાત્મક અભિગમનો લાભ શાળાને પ્રાપ્ત થાય છે.

શ્રેષ્ઠ શાળા અને તેનો સ્ટાફ

જીવનના દરેક ક્ષેત્રે કાર્યસંતોષ એ સર્વોચ્ચ સ્થાને છે. કાર્યસંતોષ ત્યારે જ પ્રાપ્ત થાય જયારે વ્યકિત કે કર્મચારીને સારા, ઉત્કૃષ્ઠ, નિષ્ઠાવાન, મહેનતુ, નિસ્વાર્થ, સહકાર યુકત, વિષય નિષ્ણાત, દિર્ઘદ્રષ્ટા સહકર્મચારીઓ પ્રાપ્ત થાય. નસીબજોગ શ્રી વિદ્યાવિહાર માધ્યમિક શાળાના જન્મની સાથે જ મારી નોકરીની શરૂઆત થઈ છે. એટલે શાળામાં જુના કર્મચારીઓ હોવાનો કોઈ પ્રશ્ન જ ન હતો.

અમારી શાળાની માફક અમે સૌ યુવાન શિક્ષકો હતતા. દરેક શિક્ષકો પાસેથી સારૂ શિખવાનો અભિગમ સૌનો હતો. શાળા છૂટયા પછી સર્વસંમતિથી બીજા દિવસના કાર્યનું આયોજન કરીએ અને કાર્યના દરેક પાસાઓનો વિચાર કરી તેને સફળતાપૂર્વક પાર પાડવા ભગીરથ પ્રયત્ન કરીએ છીએ. શાળા નાની અને સ્ટાફ પણ નાનો અને પરિવર્તનશીલ એટલે મતભેદ થવાનો કોઈ પ્રશ્ન જ ઉભો થતો ન હતો. અમે સૌ વિદ્યાર્થીઓથી શાળા દરમ્યાન અને શાળા સમય બાદ પણ વિંટળાયેલા રહેતા. શાળાએથી છૂટીહું, યુનુસભાઈ અને રાજેશભાઈ સાંજે બોરતળાવની પાળી પર બેસી શિક્ષણનું આયોજન કરતા. અમારા મનમાં ચોવીસ કલાક શાળાનું ભાવાવરણ ગૂંજતુ રહેતું. વિદ્યાર્થીઓ સાથે એટલો ઘરોબો કેળવાયેલ કે તેઓને ઘરે આવતા સારા–નરસા પ્રસંગોએ અમોને અવશ્ય નિમંત્રણ આપતા અને ભારોભાર માન પણ આપતા. હવે વિદ્યાર્થીઓ અમારા જીવનનો અભિન્ન હિસ્સો અને શાળા અમારા માટે બીજુ ઘર બની ચૂકી હતી. શ્રી છગનભાઈ જાંબુચા, યુનુસભાઈ મંસુરી, રાજેશભાઈ મકવાણા અને હું એટલું નાનું કુટુંબ હતું. વર્ગો વધવાની સાથે યુવાન સ્ટાફ શાળામાં જોડાતો ગયો. કિશોરભાઈ ભટ્ટ, જયેશભાઈ મકવાણા અમારી સાથે જોડાયા. બાદમાં નિકુંજભાઈ પારેખ, કમલેશભાઈ મકવાણા, હેતલબેન મુંજપરા અને છેલ્લે વિપુલભાઈ કાછડિયા જોડાયા. સર્વે શિક્ષકો અમારી સાથે શિક્ષણયજ્ઞમાં જોડાયા. વચ્ચે રાજેશભાઈ રાજયગુરૂ, શિવજીભાઈ ભાલિયા, દિનેશભાઈ વાઘેલા, અમૃતભાઈ વગેરે ટ્રસ્ટના કર્મચારીઓ પણ અમારી સાથે જોડાયા. સર્વેના સુભગ સમન્વયને કારણે શ્રી વિદ્યાવિહાર માધ્યમિક શાળા વર્ષ ૨૦૦૮ અને ૨૦૧૪ માં શ્રેષ્ઠ શાળા બની શકી. સર્વેના સહકારથી શાળાએ દરેક ક્ષેત્રમાં નોંધપાત્ર સિધ્ધિઓ હાંસલ કરી. શાળાની

સફળતામાં શાળાના ટ્રસ્ટીઓ, વાલીઓ, વિદ્યાર્થીઓ અને ભૂતપૂર્વ વિદ્યાર્થીઓની શુભકામનાઓ હંમેશા સાથે રહી છે. જેના કારણે શાળાએ દરેક ક્ષેત્રમાં હરણફાળ ભરી છે. શાળાના ફલક બોર્ડ પર શ્રેષ્ઠ વિદ્યાર્થી અને વિદ્યાર્થીનીઓની યાદી વિસ્તરતી જાય છે. શાળા સંસ્કારો દ્વારા અમૂલ્ય રત્નો સમાજને આપતી રહી છે. સમાજ ઉપયોગી કાર્યક્રમો દ્વારા રાષ્ટ્ર નિર્માણના કાર્યમાં શાળા અગ્રેસર રહી છે. વિશિષ્ટ મહાનુભાવો, સંતો–મહંતો અને વિદ્વાનો વડે શાળા પવિત્ર–પાવન ભૂમી બની શકી છે. તેનો સંપૂર્ણ યશ શાળાના સંપૂર્ણ સ્ટાફને જાય છે.

શાળાના ટ્રસ્ટી ગણના સર્વે સભ્યો અમારા કાર્યને બિરદાવે છે. શાળાના મેનેજીંગ ટ્રસ્ટી શ્રી આણંદભાઈ ડાભીએ શાળાના સ્ટાફને ગર્વથી નિહાળ્યા છે. વિશિષ્ટ સિધ્ધિઓથી તેઓ પણ ગર્વ અનુભવે છે. શાળાના આચાર્યશ્રી છગનભાઈ જાબુંચા તરફથી હંમેશા હકારાત્મક પ્રતિસાદ મળ્યો છે. તેમણે શિક્ષકોના નાવીન્યપૂર્ણ વિચારો મુજબ શિક્ષણકાર્ય કરવામાં સ્વતંત્રતા બક્ષી છે. શાળાની ભૌતિક સુવિધાઓ ઉપલબ્ધ કરાવવામાં તેમની ભૂમિકા કેન્દ્ર સ્થાને રહી છે. રાષ્ટ્રપ્રેમ, રમતજગત અને યોગના સુભગ સમન્વય વડે શ્રી છગનભાઈએ શાળાના કેમ્પસને અજોડ બનાવ્યો છે. વર્ગખંડમાં નાવીન્યપૂર્ણ પ્રયુકિતઓના અમલીકરણમાં તેમના હકારાત્મક અભિગમને કારણે અને સૌ પ્રયોશીલ શિક્ષક બની શકાય છીએ.

રાજેશભાઈ મકવાણા શ્રી વિદ્યાવિહાર શાળામાં મારાથી પણ સિનિયર શિક્ષક છે. તેમની પાસેથી પણ મને શિક્ષણનો અનુભવ પ્રાપ્ત થયો છે. તેઓ સંસ્કૃત ભાષાના શિક્ષક હોવા છતાં તેમને ગુજરાતી, હિન્દી અને સામાજિક વિજ્ઞાનનું ઊંડુ જ્ઞાન ધરાવે છે. તેઓ સંગીત, ચિત્ર, સુલેખન, વકતૃત્વ, પ્રવાસ, પર્યટન જેવી સહઅભ્યાસક પ્રવૃતિઓનું પણ તેઓ તલસ્પર્શી જ્ઞાન ધરાવે છે. તેમનામાં વિદ્યાર્થીને

નખ–શિખ પારખવાની કલા અજોડ છે. સારા શિક્ષક તરીકેના દરેક ગુણો તેમની પાસેથી શિખવાનો મને મોકો મળ્યો છે. શાળાની દરેક પ્રવૃતિઓમાં આત્મીયતાભર્યુ જોડાણ રહેતું. એક સરકારી નોકર તરીકે નહીં પણ આત્મજનની રૂએ કાર્ય કરે છે. પડદા પાછળ રહી દરેક કાર્યક્રમો, પ્રવૃતિઓને બધા જ દ્રષ્ટિકોણથી વિચારી સફળ બનાવવામાં તેમની ભૂમિકા કેન્દ્ર સ્થાને રહી છે. તેમના તરફથી સહકર્મચારી તરીકે નહીં પણ સગાભાઈની માફક સહકાર, માર્ગદર્શન અને પ્રેમ પ્રાપ્ત થયો છે.

જયેશભાઈ મકવાણા તરફથી પણ દરેક કાર્યમાં હકારાત્મક પ્રતિસાદ સાંપડયો છે. પ્રવાસ–પર્યટન અને શાળા સેવા અને સહઅભ્યાસક પ્રવૃતિઓમાં સહકાર, મદદ, માર્ગદર્શન અને નાવીન્યપૂર્ણ પ્રયુકિતઓનો લાભ મારા જેવા શિક્ષકો અને શાળાને પ્રાપ્ત થયો છે.

નિકુંજભાઈ પારેખ અમારી સાથે જોડાયા તે પહેલા ભાવનગરની નામાંકિત શાળાઓમાં શૈક્ષણિક કાર્યનો અનુભવ લઈને આવ્યા હતા. વિદ્યાર્થીઓ પાસેથી કામ લેવાની કુનેહ તેમની પાસેથી શિખવા જેવી છે. તેઓ વિજ્ઞાન અને ગણિતના જ્ઞાની હોવાની સાથે તેઓ સંગીત, કલા અને સાહિત્યમાં ખુબ જ રૂચિ ધરાવે છે. શાળાના દરેક કાર્યક્રમમાં દરેક બાબતની તલસ્પર્શી કાળજી લેવાની બાબતમાં તેમની પાસેથી પ્રાપ્ત થઈ. ઘણી શૈક્ષણિક અને બિન શૈક્ષણિક સંસ્થાઓ સાથે જોડાયેલ હોવાને કારણે અમને શિક્ષણ જગતથી સુમાહિતગાર રાખે છે. શિક્ષણમાં ટેકનોલોજીનો વિનિયોગ પણ તેમની પાસેથી શીખવા મળ્યો. તેમની પાસેથી કાર્યના આયોજન અને અમલીકરણ તેમજ હકારાત્મક અભિગમને કારણે સર્વ કાર્યો નિર્વિઘ્ને પાર પાડી શકાય છે.

હેતલબેન મુંજપરા શાળામાં જોડાતાની સાથે જ શાળાના સાંસ્કૃતિક કાર્યક્રમોને એક નવો જ વિચાર પ્રાપ્ત થયો. શાળાની વિદ્યાર્થીનીઓની સાથેની આત્મીયતાને કારણે તેઓ વિદ્યાર્થીનીઓના પ્રિય બની રહયા તેમના શોખને કારણે તેઓ રાસ–ગરબા, લોકનૃત્ય અને નૃત્યના પર્યાય બની ગયા. અધ્યાપનની સાથે સાથે નૃત્ય શિખવવાની આવડતને કારણે શાળાના દરેક સાંસ્કૃતિક કાર્યક્રમો અવ્વલ નંબરના બની રહયા. તેણીએ તેમના શોખને શિક્ષણકાર્યમાં સુંદર રીતે ગૂંથવાનું સ્તુત્ય કાર્ય કર્યું.

વિપુલભાઈ કાછડિયા શાળામાં સૌથી છેલ્લે જોડાયા. તેઓ પણ ગુજરાતી–હિન્દી વિષયના જ્ઞાતા હોવાની સાથે રમત–જગતના ભાવનગર જિલ્લાના મોભી છે. તેઓ પણ શિસ્તના ચૂસ્ત આગ્રહી. તેમની પાસેથી પણ શિસ્તના બોધપાઠ આ ઉપરાંત રમત–જગતની ખામીઓ અને ખુબીઓનો પરિચય થયો. ભાવનગર અને ગુજરાતની જુદી–જુદી શાળાઓના રમત–ગમતના શિક્ષકો અને તેમનું પ્રદાન વિશે જાણવાનો મોકો મળ્યો. રમતના જુદા–જુદા પાસાઓનો પરિચય થયો.

દિનેશભાઈ વાઘેલા શાળામાં જોડાયા ત્યારથી શાળાના મેદાનને જીવંત રાખે છે. તેઓ જીમ્નાસ્ટીકના નિષ્ણાંત હોવાને નાતે જીમ્નાસ્ટીક વિશે જાણવાનો મોકો પ્રાપ્ત થયો. તેમની પાસેથી સખત મહેનત કરવાનો ગુણ પ્રાપ્ત થયો. તેમનો પણ દરેક કાર્ય તરફનો હકારાત્મક અભિગમ ઉડીને આંખે વળગે તેવો છે.

સર્વ શિક્ષકો અને આચાર્યશ્રીના સુંદર આયોજન, તેના અમલીકરણ અને સ્વયં સંચાલિત કાર્ય કરવાની ઈચ્છાશકિતને કારણે શાળા સફળતાના શિખરો સર કરી

શકી છે. દરેકમાં સારૂ જોવાની દ્રષ્ટિ અને બીજા પાસેથી શિખવાની ઈચ્છાશકિતને કારણે શાળા શ્રી વિદ્યાવિહાર શાળા પરિવાર બની શકયો છે.

શ્રી વિદ્યાવિહાર શાળાના સ્ટાફ વિશે વિચાર કરૂં ત્યારે મને કિસ્મત કુરેશીના શબ્દો યાદ આવે છે.

"ઉચ્ચ જેનાં ધ્યેયને આદર્શ છે

ત્યાગને અર્પણમાં જેનો હર્ષ છે,

નિતનવો જેનો અભિગમ શિક્ષણે

પારખુ દ્રષ્ટિ સદાય નિરીક્ષણે,

શિસ્ત સંનિષ્ઠા ફરજના પાલને

શકિતને કૌશલ્ય શાં સંચાલને

એની પ્રતિભાના પ્રતિબિંબ લેખને

દાખવ્યા ઉત્કર્ષ એના ચિંતને."

મારી શિક્ષણયાત્રાના સહભાગી વિદ્યાર્થીઓ :

હું વિદ્યાર્થીઓનો ઋણી છું :

શિક્ષણની પ્રક્રિયા દ્વિમાર્ગી છે. તેમાં કેવળ વિદ્યાર્થી જ શિક્ષક પાસેથી શીખે છે તેવું નથી. શિક્ષક પણ વિદ્યાર્થી પાસેથી ઘણું શીખે છે. જો શિક્ષક ખુલ્લો હોય, આપઘડતર માટે ઉત્સુક હોય, પોતાને સતત વિદ્યાર્થી ગણતો હોય તો ગ્રંથોમાંથી, સત્સંગમાંથી, જીવનાનુભુવોમાંથી શીખી શકે છે તેમજ વિદ્યાર્થીઓ પાસેથી પણ શીખતો રહે છે.

કારણ કે શિક્ષક નો વિદ્યાર્થીઓ સાથે વર્ષો સુધીનો ગાઢ અને સતત સંપર્ક સંબંધ રહેતો હોય છે. દર વર્ષે નવા વિદ્યાર્થીઓ દાખલ થાય છે. જુના વિદ્યાર્થીઓ પણ કક્ષાની દ્રષ્ટિએ દર વર્ષે આગળ વધતા હોય છે. જો શિક્ષક વિદ્યાર્થી વત્સલ હોય અને પોતાના કાર્યને ધંધો નહિ પણ ધર્મ માનતો હોય તો પોતાના વિદ્યાર્થીઓ વિકાસની પ્રક્રિયામાં કયાં ઝડપથી આગળ વધે છે, કયાં અટકી જાય છે, કયાં ગુંચવાઈને આડે પાટે ફંટાઈ જાય છે તે જોતો–સમજતો રહેશે. આ કેવળ અવલોકનની તટસ્થ પ્રક્રિયા નથી પરંતુ આત્મીયજન્ય ચિંતનપ્રક્રિયા બની રહે છે. એટલે શિક્ષક આપઘડતર માટે વિદ્યાર્થીઓ પાસેથી ઘણું જાણે–સમજે છે.

વળી, એક જ સિધ્ધાંત કે મૂલ્ય દરેક વિદ્યાર્થી પોતાની કક્ષા–સમજ–દ્રષ્ટિ–વલણ અનુસાર ગ્રહણ કરે છે. શિક્ષણની પ્રક્રિયા કારખાનાની બીબાઢાળ પ્રક્રિયા નથી. વિદ્યાર્થીઓ સાથે કામ પાર પાડતી વખતે સાચો શિક્ષક આ મથામણ અને મુંઝવણમાંથી પસાર થાય જ છે. કોઈ પણ વાત સાચી હોવી પૂરતી નથી. તે સ્વીકાર્ય પણ થવી જોઈએ. સ્વીકાર્ય થવામાં જેટલા વિધ્નો આવે તેનું ચિંતન

મનન શિક્ષક કરે છે ત્યારે તેને ખ્યાલ આવે છે કે પોતે જે ભણ્યા કે સમજયા તે એમનું એમ સીધું જ વિદ્યાર્થીઓ ઉપર લાગુ કરી શકાતું નથી. આ ભાન, આ જાગૃતિ, આ આત્મબોધ જ શિક્ષકને વિદ્યાર્થીઓનો ઋણી બનાવે છે.

મારું મારા વિદ્યાર્થીઓ ઉપર શું અને કેટલું ઋણ હશે તેની મને પૂરી ખબર નથી પરંતુ મારા વિદ્યાર્થીઓનો મારા સમાજ વિકાસમાં અને મારા આંતરવિકાસમાં જરૂર ફાળો છે એ માટે હું તેમનો ઋણી છું તેમ કહેવામાં નથી નમ્રતા કે નથી અતિશ્યોકિત.

૧.જીજ્ઞાસુ વિદ્યાર્થી :માંગુકિયા કશ્યપ

સારા શિક્ષકની વિશેષતા હોય છે પ્રયોગશીલતા અને તે જન્મે છે વિદ્યાર્થીઓ માટેના વાત્સલ્યમાંથી. એ પ્રયોગશીલતાને અભ્યાસ નિષ્ઠાનો આધાર મળ્યો. નિષ્ઠાએ મને બળ આપ્યું. તેથી મારા જેવો સામાન્ય શિક્ષક આદરણીય બની શકયો. જેના પ્રતાપે આજે હું શિક્ષક તરીકે જીવનની સાર્થકતાનો અનુભવ કરી રહયો છું. નિષ્ઠાથી કાર્ય કરનાર વિદ્યાર્થીઓ પ્રત્યે નિઃસ્વાર્થ પ્રેમ દાખવનાર શિક્ષકને માન–સન્માન–ગૌરવ આપોઆપ પ્રાપ્ત થાય છે. વર્ગને સ્વર્ગ માનનાર શિક્ષક માટે પ્રથમ વખત વર્ગખંડમાં પ્રવેશ એ જીવનનો યાદગાર પ્રસંગ બની રહે છે. બી.એડ. પૂર્ણ કર્યા બાદ ૨૦૦૧ ના રોજ શ્રી વિદ્યાવિહાર માધ્યમિક શાળામાં સૌ પ્રથમ વખત ધોરણ–૯ માં ભણાવવાની તક મળી. તે દિવસ મારી જીંદગીનો યાદગાર દિવસ બની રહયો. જેવો હું વર્ગખંડમાં દાખલ થયો. ૪૦ વિદ્યાર્થી ભાઈઓ–બહેનોએ મને ઉમંગથી આવકાર્યો. વર્ગમાં બેઠેલ વિદ્યાર્થીઓ મને નખશીખ જોતા રહયા. તેમના નવા શિક્ષક પાસે શિખવાની જિજ્ઞાસા હતી. હજુ હું

બોર્ડમાં વિષય–વિષયાંગ લખું તે પહેલા વર્ગમાં આગળની હરોળમાં બેઠેલા દુબળા–પાતળા વિદ્યાર્થીએ મને પૂછયું, "સર તમારૂ નામ શું છે ?" હું તેવોનો પરિચય મેળવવા માંગતો હતો, તેઓ મારો. અધ્યેતાને પારખવા એ શિક્ષકનું પ્રથમ કાર્ય હોય છે. ધીમે ધીમે અંગ્રેજી વિષય ભણાવવાની શરૂઆત કરી, પરંતુ બધાને અંગ્રેજી ગમતું પણ નહોતું અને આવડતું હતું. મારા પ્રયત્નો તેઓમાં અંગ્રેજી વિષય પ્રત્યે રસ જગાવવાનો હતો. તેમા હું પણ ૫૦% સફળ થયો હતો.

પરંતુ કેટલાક વિદ્યાર્થીઓને અંગ્રેજી વિષય પ્રત્યે અનહદ રસ જાગ્યો. તેમાંના એક હતા માંગુકિયા કશ્યપ. તેમને અંગ્રેજી વિષય પ્રત્યે અનહદ રસ હતો. તેઓ વર્ગમાં ધ્યાનથી શિખતા. તેમની આંખોમા અંગ્રેજી વિષય શિખવાની ભૂખ હતી. તેઓ દરરોજ અંગ્રેજી વિષયનું ગૃહકાર્ય કરીને લાવતા. તેમના અંગ્રેજીમાં અક્ષરો પણ સારા હતા. અંગ્રેજીના સ્પેલિંગ તેમને કડકડાટ જ હોય. બધા જ વિદ્યાર્થીઓને તેમની ઈર્ષા થતી. તેમના કલાસમાં કોઈ શિક્ષક ન હોય એટલે મારી પાસે આવી કહેતા, "સર અમારા વર્ગમાં આવોને ?" કયારેક તેઓને વાર્તા કહેતો. તેઓને ખૂબ ગમતી. તેમને વ્યાકરણ અને લેખન પ્રત્યે પણ એટલો જ લગાવ હતો. અંગ્રેજીમાં આગોતરી તૈયારી કરીને આવતા જેને કારણે હું પણ પૂર્વ તૈયારી કરીને આવતો. તેમની જિજ્ઞાસા વૃત્તિને કારણે હું પણ સતત શીખતો રહયો. તેમણે મને સારો શિક્ષક બનાવવામાં ખુબ જ અગત્યની ભૂમિકા ભજવી. તે મારાથી બોલાયેલ અંગ્રેજી શબ્દોનું અનુકરણ કરતા, કયારેક મારી મિમિક્રી પણ કરતા. એક આદર્શ, પ્રામાણિક, મહેનતુ, અધ્યયનશીલ, જિજ્ઞાસુ વિદ્યાર્થીને ભણાવવાનું મને ગર્વ હતું. તેમણે શ્રી વિદ્યાવિહારમાં ધોરણ–૧૦ પાસ કરી, ૧૧–૧૨ સાયન્સ પ્રવાહમાં અભ્યાસ કરી, એન્જીનિયરીંગમાં પ્રવેશ મેળવ્યો. અધ્યયન પૂર્ણ કરી હાલ તેમણે

અંકલેશ્વર ઈન્ડસ્ટ્રીયલ વિસ્તારમાં કેમિકલ ફેકટરી ચલાવે છે. આજે પણ તેઓ શાળાના અનુભવોને ગર્વથી વાગોળે છે. તેમને શ્રી વિદ્યાવિહાર માધ્યમિક શાળા અને તેમના શિક્ષકોનું ગર્વ છે. માંગુકિયા કશ્યપ જેવા આદર્શ – જિજ્ઞાસુ વિદ્યાર્થીઓને કારણે હું સારો શિક્ષક બની શકયો છું. કેટલાક વિદ્યાર્થીઓ શિક્ષકોને પૂર્વતૈયારી કરવા અને અધ્યયન કરવા મજબૂર કરતા હોય છે તેવા વિદ્યાર્થીઓને કારણે શિક્ષકોને સતત અધ્યયનશીલ રાખે છે. કશ્યપને માત્ર હું જ નહીં, શાળાના શિક્ષકો અને તેમના સહાધ્યાયીઓ ગર્વથી યાદ કરે છે.

એમના દાદા સ્વાતંત્ર્ય સેનાની હતા. તેમના દાદાની વાતો અમારી સાથે અને તેમના સહાધ્યાયીઓ સાથે ગર્વથી શેર કરતો. તેમના જીવન અને કવનમાં રાષ્ટ્રપ્રેમ અને સદગુણો પ્રતિબિંબિત થતા હતા. આવા આદર્શ વિદ્યાર્થીઓની છાપ શિક્ષકોના માનસ પટલ પર હંમેશા અંકિત થઈ રહે છે. આવા વિદ્યાર્થીઓની વિદાય શિક્ષકો માટે યાદગાર અને દુઃખદ સાબિત થાય છે. તેઓ જિવનના દરેક ક્ષેત્રોમાં પ્રગતિ કરે તેવી શુભેચ્છા.

શાળાના આદર્શ વિદ્યાર્થીની : બારૈયા અલ્પા અને ચભાડિયા કાજલ

શ્રી વિદ્યાવિહાર માધ્યમિક શાળામાં સહશિક્ષણ છે એટલે વર્ગમાં ભાઈઓ અને બહેનોની સંખ્યા હંમેશા સમાન રહી છે. મારા શૈક્ષણિક અનુભવ અને સંશોધનના તારણો દર્શાવે છે કે બહેનોને પોતાની શાળા અને તેમના શિક્ષકો પ્રત્યે વધારે લાગણી હોય છે. વિદ્યાર્થીઓમાં ઉત્તમ ગુણો અને શાળા–શિક્ષકો પ્રત્યે લાગણી જન્માવવાનું મુળભુત કાર્ય શિક્ષકોનું હોય છે.અમારી શાળા પણ નવી અને શિક્ષકો પણ ઉત્સાહી અને યુવાન. શરૂઆતના સમયે યુનુસભાઈ, રાજેશભાઈ, છગનભાઈ અને હું પણ જોડાયો. દરેકમાં વિદ્યાર્થીઓને ભણાવવાનો અનેરો ઉત્સાહ હતો અને વિદ્યાર્થીઓને ભણવાનો. વિદ્યાર્થીનીઓનુંએક ગૃપ શાળાની સુઘડતા અને સ્વચ્છતા માટે સુંદર કાર્ય કરતું હતું. પરંતુ સૌ વિદ્યાર્થીનીઓને આવું કાર્ય કરવા માટે પ્રેરનાર હતા ચભાડિયા કાજલબેન. તેઓ મધ્યમ વર્ગના કુટુંબમાંથી આવતા હતા. તેમના મળતાવડા સ્વભાવને કારણે શાળામાં સૌના લોકપ્રિય બની ગયા. તેઓ અભ્યાસમાં પણ ખુબ તેજસ્વી અને અક્ષરો પણ અતિ સુંદર. તેમના સ્વભાવને કારણે શાળાની બધી જ બહેનો તેમના કાર્ય અને વિચારોમાં સહમત થતી. તેમની સાથે અતિ ઉત્સાહી સંસ્કારી અને હોંશિયાર બહેનો બારૈયા અલ્પાબેન અને હિહોરિયા નિકિતાબેનની સંગત સાંપડેલી. ત્રણેય બહેનોની ત્રિપુટીએ શાળાને સ્વર્ગબનાવી દીધી. તેઓનો ઉત્સાહ શિક્ષકો માટે પણ ઉત્સાહવર્ધક હતો. સમરસ સ્વભાવને કારણે કાજલબેન અને અલ્પાબેન વિદ્યાર્થીભાઈઓમાં પણ એટલા જ લોકપ્રિય હતા. વર્ષની શરૂઆતમાં યોજાએલ શાળા મહામંત્રીની ચૂંટણીમાં ચભાડિયા કાજલ જંગી બહુમતિથી મહામંત્રી પદે ચૂંટાયા. તેઓ મળીને શાળાના હિતમાં સારા અને સાચા નિર્ણયો લેતા અને તેમના નિર્ણયો પહેલા સર્વ

વિદ્યાર્થીઓની સહમતિ લેવાની ક્ષમતા અદ્‌ભૂત હતી. તેઓ શાળાના દરેક કાર્યક્રમનું આગોતરૂ આયોજન કરતા અને તેને સફળ બનાવવા માટે અથાગ પ્રયત્નો કરતા. શાળામાં બહેનોના વૃંદ સાથે શાળા સમય પહેલા આવી કાર્ય આટોપી લેતા. શાળામાં દરેક નોટીસ બોર્ડને સુશોભિત કરતા. નવી–નવી કૃતિઓ મૂકતા અને તેમ કરવા સૌ વિદ્યાર્થીઓને પ્રેરતા. 'મારી શાળા સુંદર અને સ્વચ્છ શાળા' એ સુત્ર તેઓના હૃદયમાં વસેલુ હતું. જયારે તેઓ ધોરણ–૧૦ માં અભ્યાસ કરતા હતા ત્યારે શાળાના પ્રથમ માળનું બાંધકામ શરૂ થયું. આ બાંધકામમાં પણ વિદ્યાર્થીઓનો સહયોગ સાંપડતો. કાજલબેનના માર્ગદર્શન તળે સમાજ ઉપયોગી ઉત્પાદક કાર્યના તાસમાં સર્વ બહેનો ઈંટોને પ્રથમ મજલે ચઢાવવામાં લાઈનમાં ગોઠવાઈ જતી. સર્વ બહેનોને શાળાના ચણતરકાર્યમાં અનેરો આનંદ આવતો. બધા બહેનોમાં કામ કરવા માટે ઝઘડો થતો, કામ ન કરવા માટે નહીં. શાળા પાસે ટાંચા સાધનો હોવા છતાં શાળાના દરેક કાર્યક્રમોને સુંદર રીતે દિપાવવાનો યશ કાજલબેન–અલ્પાબેન અને નિકિતાબેનની ત્રિપુટીને જાય છે. તેઓ શાળા અને શિક્ષકોની લાગણીને સમજી શકતા. શાળામાંયોજાતી વકતૃત્વ સ્પર્ધા, નિબંધ સ્પર્ધા, સુલેખન સ્પર્ધા, અંતાક્ષરી, લગ્નગીત સ્પર્ધા, સામાન્ય જ્ઞાન સ્પર્ધા, મહેંદી સ્પર્ધા વગેરેસ્પર્ધાઓ તેમજ શિક્ષક દિન, ગુરૂપૂર્ણિમા, સ્વાતંત્ર્ય દિન, પ્રજાસત્તાક દિન, પર્યાવરણ દિન, ગાંધી જયંતિ, વાર્ષિકોત્સવ જોવા કાર્યક્રમોમાં તેઓ અચૂક ભાગ લેતા અને બીજા ભાઈઓ–બહેનોને તેમાં ભાગ લેવા માટે પ્રેરતા. તેઓ પોતાની જાતે સમુહનૃત્યની સુંદર કૃતિઓ તૈયાર કરતા. સુંદર સમુહનૃત્યો અને સાંસ્કૃતિક કાર્યક્રમને કારણે દરેક જાહેર કાર્યક્રમોમાં વાલીઓની ભરચક હાજરી રહેતી અને આજે પણ રહે છે. સાંસ્કૃતિક કાર્યક્રમોમાં બારૈયા અલ્પાબેનનો સુંદર સહયોગ સાંપડતો. તેઓ મૂક

સેવક હતા પરંતુ શાળા અને શિક્ષકો પ્રત્યે અથાગ પ્રેમ હતો. સુંદર વિદ્યાર્થીઓના કાર્ય બદલ શાળાએ વર્ષ ૨૦૦૦–૨૦૦૧ થી શ્રૈષ્ઠ વિદ્યાર્થી અને શ્રૈષ્ઠ વિદ્યાર્થીનીનો ખિતાબ આપી બહુમાન કરવાનો સ્તુત્ય નિર્ણય લીધો અને તેનો અમલ કર્યો. શાળાના આચાર્યશ્રી, શિક્ષકો અને વિદ્યાર્થીઓનાં મંતવ્યોને આધારે શાળામાં લોકપ્રિય શાળા તેમજ શિક્ષકો પ્રત્યેના પ્રેમ તેમજ સુંદર સંસ્કારિતા બદલ ચભાડિયા કાજલબેનને વર્ષ ૨૦૦૦–૨૦૦૧નો શ્રેષ્ઠ વિદ્યાર્થીનીનો ખિતાબ આપી બહુમાન કર્યુ. આ પ્રસંગ ચભાડિયા કાજલબેન અને શાળા માટે આનંદ અને વર્ગનો હતો. તેમના સુંદર કાર્યો બદલ ધોરણ–૯માં પણ જંગી બહુમતીથી શાળાના મહામંત્રી પદે બીજી વખત ચૂંટાયા. તેઓ નિયમિત અભ્યાસની સાથે સતત અને સખત શાળા સેવા કરતા રહયા પણ તેનો યશ તેમની બહેનપણીઓને આપતા. તેમની સાથે બાળપણથી અભ્યાસ કરતા હિહોરિયા નિકિતાબેનનો કાજલબેનના દરેક કાર્યોમાં સંગાથ સાંપડતો. તેઓ પણ અભ્યાસમાં નિયમિત, હોંશિયાર, સખત મહેનતુ હતા. તેમણે પણ વર્ષ દરમ્યાન સુદર કાર્યો કર્યા અને નિર્ભયપણે સુંદર નાટકો પણ ભજવ્યા. તેમણે ભજવેલ નાટક "ભણેલી વહુ" અને "ખોટા ભૂવા" આજે પણ યાદ છે. તેમના શ્રેષ્ઠ કાર્યો બદલ વર્ષ ૨૦૦૧–૨૦૦૨ ના શ્રેષ્ઠ વિદ્યાર્થીનીનો ખિતાબ પ્રાપ્ત થયો. તેમના સહાધ્યાયી બારૈયા અલ્પાબેન શરમાળ સ્વભાવના પરંતુ સાંસ્કૃતિક કાર્યક્રમો પ્રત્યે ખુબ જ લગાવ હતો. તેમને પણ વર્ષ ૨૦૦૨–૨૦૦૩ના શ્રેષ્ઠ વિદ્યાર્થીની જાહેર કર્યા. આ વિદ્યાર્થીનીઓએ ધોરણ–૧૦ પાસ કરી જયારે વિદાય લીધી ત્યારે દરેક શિક્ષકોની આંખમાં આંસુ હતા. આજે કાજલબેન અને નિકિતાબેન ગૃહિણી છે. અને બારૈયા અલ્પાબેન આગળ અભ્યાસ કરી શ્રી

વિદ્યાવિહાર શાળામાં શિક્ષક તરીકે જોડાયા છે તેનું અમને ગર્વ છે. ગમે ત્યાં જશે તેઓ ભારતના શ્રેષ્ઠ નાગરિકો બની રહેશે તેવી અભ્યર્થના.

વિચારશીલ અને સંસ્થાના હીતેચ્છુ આદર્શ વિદ્યાર્થી : જાની મેહુલ :

એક સામાન્ય ઘરમાં જન્મેલ વિદ્યાર્થી મેહુલ બોરતળાવ સરકારી પ્રાથમિક શાળામાં દાખલ થયા. તેના પિતા રસોયાનું કામ કરી ગુજરાન ચલાવે. તેમના પિતાની માફક તેમને પણ બાળપણથી સખત પરિશ્રમ કરવાની ટેવ પડી ગયેલ. ઘરમાંથી માતા–પિતા પાસેથી સુંદર સંસ્કારો પ્રાપ્ત થયેલા. માતા–પિતાના દરેક સદ્‌ગુણો તેમના વારસામાં ઉભરી આવેલા. ગમે તેવા સારા નરસા મિત્રો મળવા છતાં તેમની સંસ્કારિતાને કોઈ અસર થવા દીધી નહીં. પોતાના સંસ્કારો, કાર્યકુશળતા, નાવિન્યપૂર્ણ વિચારો, મહેનત, નિયમિતતા અને બહિર્મુખી વ્યકિતત્વને કારણે બોરતળાવ સરકારી પ્રાથમિક શાળાના દરેક શિક્ષકોના તેઓ પ્રિય વિદ્યાર્થી બની ગયા. બોરતળાવના કિનારે આવેલ સુંદર શાળામાં પ્રાથમિક શિક્ષણ પૂર્ણ કરી ધોરણ–૮માં શ્રી વિદ્યાવિહાર માધ્યમિક શાળામાં પ્રવેશ લીધો. અભ્યાસમાં પહેલેથી જ ખુબ હોંશિયાર હતા. અભ્યાસની સાથે સાથે તેમને બાહય વાંચનનો પણ ખુબ શોખ હતો. તેમને શાળામાં સારા વિદ્યાર્થીઓનો સંગાથ મળેલ. તેમના જેવો જ સ્વભાવ ધરાવનાર વોરા રોનક તેમના પ્રિય મિત્ર બની ગયા અને આજે પણ બન્ને પાક્કા મિત્રો છે. શાળાની દરેક બાહય પ્રવૃત્તિઓમાં તેઓ પૂર્ણ તૈયારી કરી ભાગ લેતા. તેઓ સારા ક્રિકેટર પણ હતા. જેને કારણે તેઓ બધા શિક્ષકોનાં પ્રિય બની ગયેલ. તેઓના શાંત, પરોપકારી સ્વભાવને કારણે વિદ્યાર્થીઓમાં લોકપ્રિય હતા પરંતુ તેમને નેતૃત્વ લેવાનો શોખ ન હતો. તેઓ શાળાની દરેક પ્રવૃત્તિઓ અને કાર્યો સુંદર રીતે કરતા અને પોતાના નાવીન્યપર્ણ વિચારો પણ રજૂ કરતા.

અભ્યાસમાં ખૂબ જ મહેનતુ હોવાથી વિદ્યાર્થીઓ પણ તેમની સહાય લેતા. તેઓ સર્વ મિત્રોને નિઃસ્વાર્થ ભાવે મદદરૂપ થતા. તેમનામાં લેખન અને વકતૃવ

કૌશલ્ય પર સારી પકડ હતી. દરેક પ્રકારની વકતૃત્વ સ્પર્ધામાં તેઓ અચૂક ભાગ લેતા. પોતાના વિચારો નિર્ભયપણે રજૂ કરતા. તેમને પ્રવાસ, પર્યટનમાં પણ ખુબ રસ પડતો. નવું નવું જોવા જાણવાની ખુબ જ ઉત્સુકતા હતી. તેઓ જયારે ધોરણ–૯માં અભ્યાસ કરતા હતા ત્યારે શાળામાંથી અજંતા–ઈલેરોનો શૈક્ષણિક પ્રવાસ યોજાએલ. બધા મિત્રો ઉત્સાહથી પ્રવાસમાં જોડાયા. પ્રવાસમાં મેહુલ અને તેમના મિત્રોએ આનંદ લૂંટેલ. તે પ્રવાસ તેમના માટે અને અમારા સૌ માટે યાદગાર બની ગયો. પ્રવાસ દરમ્યાન નવી કવિતા લખવાનો શ્રેષ્ઠ પ્રયાસ કર્યો. તેમણે પણ પ્રવાસનું સુંદર વર્ણન કર્યુ. પ્રવાસમાંથી પરત આવ્યા પછી પ્રાર્થના સભામાં તેમણે પ્રવાસ–અહેવાલ આલંકારિક ભાષામાં રજૂ કરેલ. પ્રવાસમાંથી પરત આવી મેહુલભાઈ અને સૌ મિત્રોના સૂચનને ધ્યાનમાં રાખી પ્રવાસનો યાદગાર ‘સ્મૃતિગ્રંથ’ લખવાનો દ્રઢ સંકલ્પ કર્યો. સૌ શિક્ષકો અને વિદ્યાર્થીઓના સહિયારા પુરૂષાર્થથી 'પ્રવાસ' નામનો સુંદર સ્મૃતિગ્રંથ તૈયાર કર્યો. જે આજે પણ શાળામાં સંગ્રહાયેલ છે. તેમાં પ્રવાસના સ્થળોનો પરિચય સચિત્ર સંગ્રહાયેલ છે. તેમાં જાની મેહુલે લખેલ સ્વરચિત કાવ્ય આજે પણ સંગ્રહાયેલ છે. તેમાં મારી પણ સ્વરચિત યાદગાર કવિતા સંગ્રહાયેલ છે. પરંતુ ત્યારથી પડેલ કાવ્યલેખનની ટેવ આજે પણ તેમનામાં એટલી જ પ્રવજલિત છે. આજે પણ તેઓ સાયન્સના વિદ્યાર્થી હોવા છતાં સુંદર કાવ્યોનું સર્જન કરે છે. તેઓના દરેક ક્ષેત્રમાં શ્રેષ્ઠ દેખાવ અને શાળા અને શિક્ષકો પ્રયેના પ્રેમને કારણવર્ષ ૨૦૦૩–૨૦૦૪ના શાળાના શ્રેષ્ઠ વિદ્યાર્થી જાહેર થયા. તેઓએ એસ.એસ.સી. બોર્ડ ૨૦૦૫ ની પરીક્ષામાં ૮૮% મેળવી શાળાનું નામ રોશન કર્યુ. તેઓ આગળ અભ્યાસ અર્થે ગયા પણ શ્રી વિદ્યાવિહાર શાળા અને સર્વે સ્ટાફના ઋણને કદી ભુલ્યા નથી. તેમણે શાળા પ્રત્યેના પ્રેમને કારણે ભુતપુર્વ વિદ્યાર્થીઓના

મંડળની રચના કરી. તેઓ શાળાને નવો રાહ ચિંધવા હંમેશા તત્પર હોય છે. શાળાના દરેક વિદ્યાર્થીઓને તેઓ બિરદાવે છે. તેમને જયારે નોકરી મળી ત્યારે તેનો પ્રથમ પગાર પોતાની માતૃસંસ્થા શ્રી બોરતળાવ પ્રાથમિક શાળા અને શ્રી વિદ્યાવિહાર માધ્યમિક શાળાને સપ્રેમ અર્પણ કર્યો. તેઓ આજે પણ શાળા પ્રત્યેનું ઋણ ભૂલ્યા નથી. તેમના નામ માત્રથી શાળા ગર્વ અનુભવે છે. તેમણે શ્રી વિદ્યાવિહારમાં અભ્યાસ માટે દાખલ થયેલ ગરીબ બે બાળકોની ફી ભરવાનો પણ દૃઢ સંકલ્પ કર્યો છે. આવા શ્રેષ્ઠ વિદ્યાર્થીના જિવનમાંથી મારા જેવા શિક્ષકોને હંમેશા પ્રેરણા મળે છે. તેઓ મોબાઈલના માધ્યમથી આજે પણ અમારી અને શાળા સાથે ૨૪ કલાક જોડાયેલા હોય છે. નવા વાંચનના વિચારો મારી સાથે શેર કરે છે. સમાજ અને દેશમાં બનતી ઘટના પ્રત્યે પોતાના મૌલિક વિચારો રજૂ કરે છે. મનેપણ નવા જ્ઞાન અને વિચારોથી અપડેટ રાખવામાં મેહુલભાઈ જાનીનો સિંહફાળો છે. નાની ઉંમરે આટલી પરિપકવતા અને સમજદાર વિદ્યાર્થીઓ ભાગ્યે જ જોવા મળે છે.

વર્ગખંડમાં ટેકનોલોજીનો ઉપયોગ શીખવનાર ડિજિટલ શિક્ષક : અમૃત ગૌસ્વામી

શ્રી વિદ્યાવિહાર માધ્યમિક શાળામાં દાખલ થયેલ એક વિદ્યાર્થી વર્ગખંડની છેલ્લી બેંચ પર બેસે અને દરેક વિષયો સમજવાનો પ્રયત્ન કરે, પરંતુ તેઓ કોઈ વિષયમાં વધારે માર્કસ મેળવી શકયા નહીં. તેનું નામ હતું અમૃતગીરી ગૌસ્વામી. સ્વભાવે શાંત એવા અમૃતભાઈને અભ્યાસની સાથે સાથે નૃત્ય, અભિનય, ચિત્ર અને રમતમાં ખુબ જ રસ હતો. તેમને સાંસ્કૃતિક કાર્યક્રમમાં ખુબ રસ પડતો હતો. તેમના પિતા શિવમંદિરના પુજારી હતા. તેમની સાથે સાથે શિવમંદિર જવાને કારણે તેમના લોહીમાં ધાર્મિકતા રગેરગમાં વહેતી હતી. પિતાને બહારગામ જવાનું થાય તો તેમના સ્થાને સમયસર શિવમંદિરે આરતી કરવા જતા. ત્યારથી સંગીત પ્રત્યે પણ અનહદ પ્રેમ હતો. શાળામાં યોજાતા જાહેર કાર્યક્રમોમાં તેઓ નૃત્યમાં અચૂક ભાગ લેતા. શાળામાં યોજાતા પ્રવાસ–પર્યટનમાં પણ અચૂક ભાગ લેતા. શાળા કાળ દરમ્યાન અભ્યાસમાં ખુબ હોશિયાર ન હોવાને કારણે બધા શિક્ષકોને તેમનો પૂર્ણ પરિચય ન હતો. મારા શિક્ષક તરીકેના ૧૫ વર્ષના અનુભવ દરમ્યાન ઘણા એવા વિદ્યાર્થીઓ આગળ જતા જે તે ક્ષેત્રમાં ખુબ જ સફળતા પ્રાપ્ત કરી હોય. પોતાના ગમતા વિષયમાં પોતે નામના મેળવી હોય. ઉચ્ચ અભ્યાસ દરમ્યાન અનુકુળ વાતાવરણ મળતા તેઓ શ્રેષ્ઠતા પ્રાપ્ત કરી લે છે. પ્રાથમિક અને માધ્યમિક શાળા દરમ્યાન તેમનામાં વવાયેલ બીજ આગળ જતાં ચોકકસ ખીલી ઉઠે છે. શાળામાં બધા જ વિદ્યાર્થીઓને સમાજ શિક્ષણ અપાતું હોવા છતાં કેટલાક વિદ્યાર્થીઓની શીખવાની ઝડપ અને જિજ્ઞાસાવૃત્તિ અદ્‌ભૂત હોય છે. અમૃતભાઈ અભ્યાસમાં દરેક ક્ષેત્રમાં પ્રગતિ કરી પરંતુ આગળ જતા કમ્પ્યુટર તેમના હાથનું રમકડું બની ગયું.કમ્પ્યુટર

વિષયનું જ્ઞાન કોઈના શીખવવાથી નહી પરંતુ પોતાની કુતુહલતા અને જાણવાની જિજ્ઞાશાવૃત્તિને કારણે કમ્પ્યુટર વિષયમાં તેઓ પારંગત બની શકયા. કમ્પ્યુટરના ટેબલ પર બેઠા પછી કમ્પ્યુટરના ગમે તેવા કઠીન કોયડાઓ, પોગ્રામ અને પ્રોજેકટ પોતે જાતે ઉકેલતા અને જયાં સુધી તેના ઉકેલ ન મળે ત્યાં સુધી તેઓ કમ્પ્યુટર પરથી ઉભા થતા નહીં. ઉકેલ મેળવવામાં તેઓ સમયનું પણ ભાન ભૂલી જતા. આગળ જતાં બી.સી.એ. કર્યુ પરંતુ તેમને શિખવનાર પ્રાધ્યાપકો કરતા વધારે પ્રેકટીકલ જ્ઞાન તેમણે મેળવી લીધું. પ્રેકટીકલ પરીક્ષામાં તેમના પ્રાધ્યાપકો અમૃતભાઈનો સહારો લેતા. ઘરની આર્થિક સ્થિતિ સારી ન હોવાં છતાં તેમણે કમ્પ્યુટર સિસ્ટમ વસાવી. તેમને કમ્પ્યુટરના દરેક નવા પોગ્રામ, ભાષા અને વર્જનનું અપડેશન હતું જેને કારણે તેઓ તેઓ ટેકનોલોજીમાં હંમેશા અગ્રેસર રહે છે. તેમની પાસે રહેલ મોબાઈલના ફંકશનથી તેઓ પરીચિત હોવાથી બધા જ મિત્રોમાં પ્રિય બની રહયા. હવે શિક્ષકો, મિત્રો અને પ્રાધ્યાપકો પણ અમૃતસરને પૂછી નવા મોબાઈલ, પેન ડ્રાઈવ, કમ્પ્યુટર ખરીદે છે. તેઓ એમ.એસ.સી. આઈ.ટી. કરતા કરતા પોતાની માતૃ શાળા શ્રી વિદ્યાવિહાર માધ્યમિક શાળામાં કમ્પ્યુટર શિક્ષક તરીકે અમારી સાથે જોડાયા. એક સમયના અમારા વિદ્યાર્થી આજે અમારા સૌના કમ્પ્યુટર શિક્ષક બની ગયા. તેમના માર્ગદર્શન તળે અમે શિક્ષકો સી.સી.સી.ની પરીક્ષા નિર્વિધ્ને પાસ કરી શકયા. શાળાના દરેક ડેટાને તેમણે કમ્પ્યુટરાઈઝડ કર્યા. હું કોઈ કલાસીસ કે સંસ્થામાં કમ્પ્યુટર શીખ્યો નથી પરંતુ અમૃતભાઈના પ્રતાપે આજે હું મારા પૂરતો કમ્પ્યુટરનો ઉપયોગ કરતો થયો છું. મને ગમે ત્યારે કમ્પ્યુટરમાં મુશ્કેલી પડે તો તેઓ રૂબરૂ આવીને અથવા ફોનથી મને માર્ગદર્શન આપે છે. કમ્પ્યુટર પ્રત્યેની મને અભિરૂચિ કેળવવામાં અમૃતભાઈનો સિંહફાળો છે. તેમણે

મને સુંદર કમ્પ્યુટર સિસ્ટમ અપાવી છે. તેને અપડેટ પણ તેઓ કરી જાય છે. તેમનાથી ઈન્ટરનેટ વડે આખી દુનિયા સાથે જોડાઈ ગયો. આજે મારા મુકત સમયમાં મને ઉપયોગી સાહિત્ય ઈન્ટરનેટમાંથી મેળવી મારા વ્યવસાયમાં ઉપયોગ કરું છું. આજે હું મેઈલ વડે માહિતીની આપ–લે પણ કરી શકું છું. તેનો સંપૂર્ણ શ્રેય અમૃતભાઈને જાય છે. કમ્પ્યુટરના સાચા ઉપયોગ વડે વિદ્યાર્થીઓને ઉપયોગી સાહિત્ય સર્જન કરી શકું છું. તેમની વિશિષ્ટ કમ્પ્યુટર વિષયક કાર્યક્ષમતાને કારણે શાળાની સુંદર ફાઈલ રજૂ કરી શકયા જેના પ્રતાપે શ્રી વિદ્યાવિહાર માધ્યમિક શાળા વર્ષ ૨૦૧૪ની શ્રેષ્ઠ શાળા બની શકી તેનું શ્રૈય પણ હું અમૃતભાઈને આપુ છું. શિક્ષણમાં ટેકનોલોજીના ઉપયોગ કરવા અને કરાવવાનું શ્રૈય પણ અમૃતભાઈને જાય છે. આજે શાળાના બધા જ શિક્ષકો પોતાના વિષયમાં કમ્પ્યુટર આધારિત શિક્ષણનો સરળતાથી ઉપયોગ કરતા થયા છે. આજે અમારી શાળામાં કમ્પ્યુટર લેબ એક જીવંત વર્ગખંડ બની શકયો છે. શિક્ષકો પોતાના વિષયનું અધ્યાપન વર્ગખંડને બદલે કમ્પ્યુટર લેબ.માં ભણાવવાનું પસંદ કરતા થયા છે. કમ્પ્યુટર આધારિત પ્રોજેકટ અને તેનું પ્રજન્ટેશન ઓવર હેડ પ્રોજેકટરથી કરતા થયા છે. પોતાના વિષયને અનુરૂપ નવી સી.ડી, ડી.વી.ડી. કે ઈન્ટરનેટમાંથી ડાઉનલોડ કરેલ નાવીન્યપૂર્ણ મુદાઓ, પાઠ, પ્રયોગો કે ફિલ્મોનું શિક્ષણમાં પ્રયોજન કરતા થયા છે. શાળાના શિક્ષકો ઓનલાઈન પરીક્ષા લેવા સુધી સજજ બની શકયા છે. તેમનો પડઘો વિદ્યાર્થીઓમાં પણ પડયો છે. આજે શાળાના વિદ્યાર્થીઓ કમ્પ્યુટર આધારિત પ્રોજેકટસ તૈયાર કરતા થયા છે. ઈન્ટરનેટના માધ્યમથી નાવીન્યપૂર્ણ માહિતી એકઠી કરતા થયા છે. ઘરે કમ્પ્યુટર અને મોબાઈલનો શિક્ષણમાં ઉપયોગ કરતા થયા છે. તે સર્વેનો યશ આજે અમૃતભાઈને જાય છે. શ્રી વિદ્યાવિહાર શાળાના શિક્ષકોને

સી.સી.સી. પરીક્ષા પાસ કરાવવામાં તેમનો અહમ ફાળો છે તેઓએ શાળા માટે તૈયાર કરેલ સર્વગ્રાહી મૂલ્યાંકનનું પરિણામપત્રક, ઓનલાઈન ફોર્મ ભરવાની ક્ષમતા, ઓડિયો–વિજયુઅલ કવીઝનું આયોજન, દરેક ભાષા અને વિષયનું મટીરીયલ તૈયાર કરાવવું, દરેક વિષયના પ્રશ્નપત્રોનું સરળતાથી અને ઝડપી સ્કેન કરી તેને સેટ કરવાની પ્રયુકિત, પ્રવૃત્તિઓના અહેવાલોનું કમ્પ્યુટારાઈઝેશન, શ્રેષ્ઠ શાળાની ફાઈલ વગેરે કાર્યોનું કમ્પ્યુટર બેઈઝ ઉપયોજન થવાને કારણે શાળાનું નામ દિપી ઉઠયું છે. તેનો યશ પણ અમૃતભાઈને જાય છે. કમ્પ્યુટર આધારિત દરેક પ્રશ્નોના ઉકેલ તેમની પાસેથી પ્રાપ્ત થાય છે તેનું કારણ તે કમ્પ્યુટરની દુનિયામાં સતત અપડેટ રહે છે અને અમને સૌને અપડેટ રાખે છે.

કમ્પ્યુટર ઉપરાંત તેમને ક્રિકેટ પ્રત્યે પણ અનહદ લગાવ છે. શાળાની ટીમ રમતી હોય તો સાતે કામ પડતા મુકી તેઓ ક્રિકેટના મેદાનમાં હાજર રહી ખેલાડીઓને પ્રોત્સાહિત કરતા. મેચના સ્કોરથી લઈ શાળાની દરેક સારી માહિતી વોટસ હપ ગૃપના માધ્યમથીશાળાના ચાહકો સુધી સતત પહોંચાડતા રહે છે. તેમને ક્રિકેટ રમવાનો પણ એટલો જ શોખ છે.

આ ઉપરાંત તેમને નવી ફિલ્મો, અભિનય અને નૃત્યો પ્રત્યે પણ અદભુત શોખ છે. શાળાની કમ્પ્યુટર લેબ. હંમેશા સંગીતમય રહે છે. તેઓ વિદ્યાર્થીઓને નવા–નવા ગીતો પર નૃત્ય કરાવતા, શીખવતા. તેમણે જોયેલ અભિનય કદી ભૂલતા નહી. કમલભાઈ અને અમૃતભાઈના સહયોગથી અમારી શાળાના જાહેર કાર્યક્રમોમાં વિદ્યાર્થીઓની સુંદર કૃતિઓ રજૂ થતી. તેમની કૃતિ જોવા લોકોને હંમેશા આકર્ષણ રહે છે.

તેમની સંગીત પ્રત્યેની રૂચિ, હકારાત્મક અભિગમ, કમ્પ્યુટરની દુનિયામાં અપડેટ રહેવાની ભાવના, નૃત્ય પ્રત્યેની રૂચિ, સખત મહેનત જેવા સદગુણોમાંથી મને હંમેશા નવું જાણવા અને શીખવા મળ્યું છે. તેમના કારણે હું સારો શિક્ષક બની શકયો છું. તેમના પ્રતાપે હું વર્ગખંડમાં કમ્પ્યુટર આધારિત શિક્ષણનું પ્રયોજન કરી શકયો છું. જયાં સુધી કમ્પ્યુટરના જ્ઞાન અને ઉપયોજનની વાત છે હું અમૃતભાઈનો ઋણી રહીશ.

www.ingramcontent.com/pod-product-compliance
Lightning Source LLC
Chambersburg PA
CBHW081228280526
45787CB00006B/2564